ஜே.சி. டேனியல்
திரையில் கரைந்த கனவு

மலையாள மூலம் :
சேலங்காட்டு கோபாலகிருஷ்ணன்

தமிழாக்கம் :
செ. புஷ்பராஜ்

சென்னை பிலிம் ஸ்கூல் பதிப்பகம்
4/16, முதல் குறுக்குத் தெரு, 9-வது பிரதான சாலை,
சாமிநாதன் நகர், கொட்டிவாக்கம்,
சென்னை – 600 041.

நூல் விவரக்குறிப்பு

நூலின் பெயர்	:	ஜே.சி.டேனியல் திரையில் கரைந்த கனவு
ஆசிரியர்	:	சேலங்காட்டு கோபாலகிருஷ்ணன்
தமிழாக்கம்	:	செ. புஷ்பராஜ்
பதிப்பு(மலையாளம்)	:	முதற்பதிப்பு : டிசம்பர் 2011
தமிழில்	:	முதற் பதிப்பு : ஜூன் 2013
மொத்த பக்கங்கள்	:	160
தாள்	:	70 ஜி.எஸ்.எம். வெள்ளைத்தாள்
நூல் அளவு	:	1/8 கிரௌன்
எழுத்தின் அளவு	:	12 பாயிண்ட்
அச்சிட்டோர்	:	அமிர்தா ஆஃப்செட், திருவனந்தபுரம், கை பேசி : +91 - 9364302030
நூல் வடிவமைப்பு	:	விண் கணினியகம், சென்னை - 37.
அட்டை வடிவமைப்பு	:	கணேஷ் ராமையா
விலை	:	ரூ. 100/-
© உரிமை	:	பதிப்பகத்தாருக்கு
வெளியிடுவோர்	:	சென்னை பிலிம் ஸ்கூல் பதிப்பகம் 4/16, முதல் குறுக்குத் தெரு, 9-வது பிரதான சாலை, சாமிநாதன் நகர், கொட்டிவாக்கம், சென்னை - 600 041. ☎ : 044-65181182, 919841437101 மின்னஞ்சல் : chennaifilmschool@gmail.com இணையம் : www.chennaifilmschool.org ISBN No : 978-81-926877-2-8

© All Contents in this book are copyrighted. No part of Contents, photographs in this book may be reproduced or transmitted partially or completely in any form or by any means without Permission. Any person who does any unauthorized act in relation to this Contents, photograph may be liable to Criminal prosecution and civil claims for damages.

வெளியீடு : 4

சமர்ப்பணம்

தவத்திரு **வேலுக்கண்ணு நாடார்** - தவத்திரு **தங்கம்மாள் நாடாச்சி**
அம்மாண்டிவிளை, குமரி மாவட்டம்
தவத்திரு **அருள்தாஸ் நாடார்** M.A., பாலூர், கருங்கல், குமரி மாவட்டம்
ஆகியோருக்கு

சேலங்காட்டு கோபாலகிருஷ்ணன்

சேலங்காட்டு கோபாலகிருஷ்ணன்

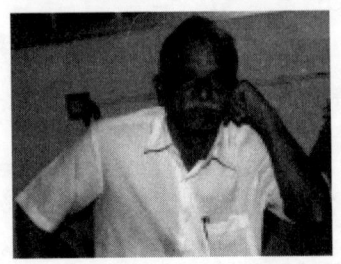

கேரள மாநிலத்தில் உள்ள சேர்த்தலையில் 1932ஆம் ஆண்டு ஜூன் மாதம் 6-ஆம் தேதியன்று, நெடியிடத்து கேசவபிள்ளைக்கும் தெக்கேபறம்பில் அம்முகுட்டி அம்மாவுக்கும் மகனாய் பிறந்தவர். சேர்த்தலை அரசு ஆண்கள் மேல்நிலைப்பள்ளி, ஆலப்புழை எஸ்.டி.கல்லூரி போன்ற இடங்களில் கல்வி பயின்ற பின்னர், மலையாளி, தீனபந்து போன்ற பத்திரிகைகளில் ஆசிரியர் குழுவில் பணியாற்றியிருந்தார். ஆலுவாயில் திரைப்பட ஸ்டுடியோ ஒன்றையும் தொடங்கினார். கேரள மாநில திரைப்பட விருது தேர்வு குழு, மாநில திரைப்பட ஆலோசனை குழு போன்றவற்றில் அங்கம் வகித்தவர். சினிமாவை மையப்படுத்தி இருபத்தைந்து நூல்களும், அவையின்றி மொத்தம் எழுபத்தி ஏழு புத்தகங்களும் எழுதியிருக்கிறார். பல்வேறு பத்திரிகைகளில் இரண்டாயிரத்திற்கும் மேற்பட்ட கட்டுரைகள் எழுதிய இவர் 2010ஆம் ஆண்டு ஜூன் மாதம் 4ஆம் தேதியன்று காலமானார்.

செ. புஷ்பராஜ்

குமரி மாவட்டத்திலுள்ள தேங்காய்பட்டணம் அம்சியைச் சேர்ந்த இவர், சென்னை பாவை பதிப்பகத்தின் ஊழியர் ஆவார். கோழிக்கோட்டில் ஒரு வணிக நிறுவனத்தில் பணிபுரிந்தபோது மலையாள மொழியை கற்றுக்கொண்டவர். கேரள அரசியல் தலைவர்களது கட்டுரைகள் சிலவற்றை தமிழாக்கம் செய்திருக் கிறார்.

உள்ளடக்கம்

I. முகப்புரைகள்

1. பதிப்புரை 6
2. டேனியலின் பதிவுகள் 8
3. அணிந்துரை – அடூர் கோபாலகிருஷ்ணன் 14

II. முன்னுரை 18

1. ஜே.சி. டேனியல் 21
2. ஜானட் 27
3. சினிமா வாழ்க்கையில் 31
4. படப்பதிவு 38
5. விகதகுமாரன் 41
6. மிஸ். லானா 46
7. பி.கே.ரோசி 49
8. திரையில் விகதகுமாரன் 54
9. பல் மருத்துவர் 58
10. நாட்டுப்பற்று 61
11. எனது தேடல்கள் 68
12. மார்த்தாண்டவர்மாவும் சுந்தர்ராஜும் 79
13. டேனியலுக்கு எதிரான சதிகள் 89
14. டி.ஆர்.சுந்தரத்துடன் ஒரு சந்திப்பு 97

III. பின்னிணைப்புகள்

1. பத்திரிகைச் செய்தி 101
2. நினைவலைகள் 104
3. Reclaiming a lost life 121
4. செல்லுலாய்ட் எனும் திரைச்சித்திரம் 124
5. மலையாளத்தின் முதல் பேசும் படத்தின் கதை 133
6. இந்திய சினிமாவின் காவலன் 146

சேலங்காட்டு கோபாலகிருஷ்ணன் / 5

பதிப்புரை

சென்னை ஃபிலிம் ஸ்கூல் தொடங்கப்பட்டு பத்து ஆண்டுகள் நிறைவடையும் இந்த ஆண்டில் சினிமா சம்பந்தமான சில நூல்களை வெளியிட திட்டமிட்டுள்ளோம். எங்கள் கல்லூரி பதிப்பகம் சார்பில் ஏற்கனவே மூன்று புத்தகங்களை வெளியிட்டிருக்கிறோம். அவை மூன்றுமே புகைப்படக்கலைக்கு முக்கியத்துவம் கொடுத்து உருவாக்கப்பட்ட புத்தகங்கள் ஆகும். ஒன்பது வயது வனவிலங்கு புகைப்படக் கலைஞர் விஸ்வக் சேனன் எடுத்த பறவைகளின் புகைப்படங்கள் அடங்கிய கூந்தங்குளம், பறவைகள் - I ஆகியவை எங்களது முதல் வெளியீடுகள். அடுத்ததாக தமிழர்களின் வீர விளையாட்டான சல்லிக்கட்டு தொடர்பாக 'சல்லிக்கட்டு' என்ற நூலையும் வெளியிட்டிருக் கிறோம்.

இந்திய சினிமாவின் நூற்றாண்டு விழா கொண்டாடப்பட்டு வரும் இந்த ஆண்டில் **'ஜே.சி.டேனியல் - திரையில் கரைந்த கனவு'** நூல் வெளிவருகிறது. சேலங்காடு கோபாலகிருஷ்ணன் 1960ஆம் ஆண்டுகளில் எழுதி வைத்திருந்த குறிப்புகளைக் கொண்டு, சுமார் நாற்பது ஆண்டுகளுக்குப் பிறகு 2005ஆம் ஆண்டில் இந்த புத்தகத்தை எழுதியிருக்கிறார். இடைப்பட்ட காலங்களில் டேனியலைப் பற்றிய பல புதிய தகவல்களும் வெளிவந்திருக்கின்றன. எனவே அவரது நூலில் சிறிய திருத்தங்கள் செய்ய வேண்டியதாகி விட்டது. இந்த நூல் மலையாளத்தில் வெளிவந்தபோதும் திருத்தங்கள் செய்யப் பட்டுதான் வெளியிடப்பட்டிருந்தது.

'மலையாள சினிமாவிற்கு தொடக்கமிட்ட ஜே.சி.டேனியல் மற்றும் சுந்தர்ராஜன் ஆகிய இருவரின் கண்களிலிருந்து சிந்திய கண்ணீரின் உப்பில் உறைந்த அடித்தரையிலிருந்து தான் நமது சினிமாவை கட்டி எழுப்ப முடிந்தது என்பது இருவரின் கதையை வாசிக்கும்போது உங்களுக்கு புரிந்திருக்கும்' என்று புத்தக ஆசிரியர் சேலங்காட்டார் உருக்கமாக பதிவு செய்திருக்கிறார்.

இந்த நூல் உருவாக்கத்தில் பங்களித்திருக்கும் செ.புஷ்பராஜ், அரசகுளம் சதீஷ், என்.டி.தினகர், தெ.மனோ, டி.வி.பாலசுப்ரமண்யம், பா.ராமமூர்த்தி, கிருஷ்ணகோபால், திரு. குமார் சாலமன், திரு.கவுடியார் தாஸ், திரு.விஜயகுமார் மற்றும் ஆர்.அசோக் குமார் உள்ளிட்ட அனைவருக்கும் எங்களது நிறுவனம் சார்பில் நன்றி தெரிவித்துக் கொள்கிறோம்.

- அஜிதா வேல்முருகன்,
சென்னை ஃபிலிம் ஸ்கூல்.

டேனியலின் பதிவுகள்

கன்யாகுமரிக்கு அருகில் அமைந்திருக்கும் அகஸ்தீஸ்வரம் ஊரானது பல்வேறு சிறப்புகளை உள்ளடக்கிய ஒரு கிராமம். நாகர்கோவில் நகரத்தை உள்ளடக்கிய தாலுகாவிற்கு இந்த கிராமத்தின் பெயர்தான் சூட்டப் பட்டிருக்கிறது. மன்னராட்சி காலத்தில் இந்த ஊரைச் சேர்ந்த சில குடும்பத்தினர் அவ்வட்டார மக்களிடையே வரி வசூலிக்கும் அதிகாரத்தை பெற்று இருந்தமையால் இந்த ஊரின் பெயர் பிரபலமடைந்ததாக கூறுவர். வேணாட்டின் எல்லை பாதுகாப்பு படையில் இவ்வூர் மக்கள் முக்கிய பங்கு வகித்திருந்ததாக உள்ளூர் வரலாறுகள் கூறுகின்றன.

குமரி மாவட்ட பிரபலங்களில் பலர் இந்த கிராமத்தைச் சேர்ந்தவர்களாக இருக்கின்றனர். தமிழ்நாடு காங்கிரஸ் கமிட்டியின் முன்னாள் தலைவர் குமரி அனந்தன், அவரது சகோதரரும் தொழிலதிபருமான எச். வசந்தகுமார், வில்லிசைப் பாடல்களை அச்சில் பதிப்பித்து நாட்டுப்புற ஆய்வியலுக்கு வளம் சேர்த்த கு. ஆறுமுகப் பெருமாள் நாடார், பின்தங்கிய சமுதாய மாணவர்களுக்காக குமரி வட்டாரத்தில் முதல் கலைக் கல்லூரியை தொடங்கிய எஸ்.டி.பாண்டியனார், நாகர் கோவிலின் பிரபல மருத்துவர் ஜெயசேகரன், குமரி கிறிஸ்தவர்களில் முதல் இளங்கலை பட்டம் பெற்றவரும் கவிஞருமான எம்.டி. டேனியல் என வரிசைப்படுத்திக் கொண்டே செல்லலாம்.

அகஸ்தீஸ்வரத்தில் செல்லையா டாக்டர் என்று அறியப்பட்டிருந்த ஜே.சி.டேனியல், நமது அண்டை மாநிலத்தில் 'மலையாள சினிமாவின் தந்தை' எனப் போற்றப் பட்டுவரும் விபரம், அகஸ்தீஸ்வரம் ஊர்வாசிகளுள் பெரும் பாலானோர் சமீப காலம் வரைக்கும் அறிந்திருக்கவில்லை. 'செல்லுலாய்ட்' மலையாள சினிமா வெளிவந்த பிறகே டேனியல் குமரி மாவட்டத்தில் பரவலாக அறியப்பட்டார்.

நாகர்கோவிலைச் சேர்ந்த எம்.இமானுவல் எழுதிய Kanyakumari - Aspects and Architects என்ற நூலை படித்த பிறகே ஜே.சி.டேனியலைப் பற்றி தெரிந்து கொண்டேன். திருவனந்தபுரத்தைச் சேர்ந்த பேராசிரியர் ஜெ.டார்வின் எழுதிய மலையாள சினிமயுடெ பிதாவ் என்ற மலையாள நூலினை மேற்கோள்காட்டி இமானுவல் தனது நூலில் கட்டுரை ஒன்றை எழுதியிருந்தார். டேனியலைக் குறித்து அகஸ்தீஸ்வரத்தில் எனக்கு தெரிந்தவர்களிடமெல்லாம் கேட்டபோது, அவர்களுக்கே அது ஒரு புதிய தகவலாகத்தான் இருந்தது. இந்த தருணத்தில் டேனியலைப் பற்றி ஒரு கட்டுரை எழுதும் எண்ணம் எழுந்தது.

நண்பர் குமாரசெல்வாவிடம் இது குறித்து பேசிக் கொண்டிருந்தபோது, திருவனந்தபுரம் பல்கலைக் கழகத்தில் தமிழ் துறையில் பணிபுரிந்து வரும் தெ.மனோவிற்கு இது குறித்து அதிகம் தெரியும் என்றார். மனோவை தொடர்பு கொண்டு ஜெ.டார்வின் எழுதிய மலையாள நூலினை கிடைக்கப் பெற்றேன். டேனியலைக் குறித்து ஆவணப்படம் எடுத்த ஆர்.கோபாலகிருஷ்ணனின் நட்பும் கிடைத்தது. இவர்களிட மிருந்து கிடைத்த தகவல்களைக் கொண்டு நான் எழுதிய 'மலையாள சினிமாவுக்கு வித்திட்ட தமிழன்' என்ற விரிவான கட்டுரை 2009 செப்டம்பர் மாத உயிர்மை இதழில் வெளிவந்தது. தமிழ் வெகுஜன பத்திரிகைகளான ராணி, வாரமலர் போன்றவற்றிலும் டேனியலைப் பற்றிய செய்திகள் வெளிவந்திருக்கின்றன.

அகஸ்தீஸ்வரத்தைச் சேர்ந்த உயர்நீதிமன்ற வழக்கறிஞர் தி.லஜபதிராய் இந்த கட்டுரையை படித்துவிட்டு அகஸ்தீஸ்வரத்து பிரபலங்களைப் பற்றி புத்தகம் ஒன்றை வெளியிட இருப்பதாக கூறினார். எஸ்.டி.பாண்டியனார், கு.ஆறுமுகப் பெருமாள் நாடார், ஜே.சி.டேனியல் ஆகிய

மூவரைப் பற்றியும் அவர் வெளியிட்ட சிறிய புத்தகமானது(2010) ஊரில் இலவசமாக விநியோகிக்கப்பட்டது. அந்த புத்தகத்தை பத்திரிகையாளர்கள் பலரிடம் கொடுத்து டேனியலைப் பற்றிய செய்திகளை வெளியிடுமாறு கேட்டுக் கொண்டேன்.

திரைப்பட விமர்சகரான பா.ராமமூர்த்தி தொகுத்த 'மௌனம் கலைத்த சினிமா' என்ற புத்தகத்திலும் இந்த கட்டுரை இடம் பெற்றுள்ளது. வசந்த் டி.வியில் மண் பேசும் சரித்திரம் நிகழ்ச்சியைத் தயாரித்து வரும் நண்பர் கி.முத்துக்குமார் டேனியலைப் பற்றிய நிகழ்ச்சி ஒன்றினை தயாரித்திருந்தார். (2012, ஏப்ரல்). இந்த நிகழ்ச்சிக்காக அகஸ்தீஸ்வரம், திருவனந்தபுரம் போன்ற இடங்களுக்கெல்லாம் சென்று படப்பதிவு செய்திருந்தோம்.

நண்பர் அரசகுளம் சதீஷ் தனது தொழில் நிமித்தமாக திருச்சூருக்குச் சென்றிருந்தபோது, டேனியலைப் பற்றிய புதிய மலையாள புத்தகம் ஒன்று வெளிவந்திருப்பதை பார்த்து, உடனே அதனை வாங்கி அனுப்பி தந்தார். சேலங்காடு கோபாலகிருஷ்ணன் எழுதிய 'ஜே.ஸி.டேனியலின்றெ ஜிவித கதா' தான் அந்த புத்தகம். புத்தகத்தை படித்துவிட்டு சதீஷின் சகோதரர் செ.புஷ்பராஜிடம் மொழிபெயர்த்து தருமாறு கேட்டுக் கொண்டேன்.

கடந்த ஆண்டு டேனியலைப் பற்றி மலையாளத்தில் திரைப்படம் ஒன்று தயாரிக்கப்பட இருப்பதாக கேள்விப் பட்டோம். மலையாள பத்திரிகைகளில் இந்த படத்தயாரிப்பு குறித்த செய்திகள் வந்து கொண்டிருந்தன. விகடன் குழுமத்தில் பணியாற்றிவந்த நண்பர் எஸ்.கே.முருகனிடம் இந்த விபரங்களை கூறியபோது, இந்த படத்தைப் பற்றி கட்டுரை ஒன்றை எழுதி தருமாறு கேட்டிருந்தார். அவ்வாறு நான் எழுதி அனுப்பிய கட்டுரையானது ஆனந்த விகடன் தீபாவளி மலரில் (2012) 'மறக்கப்பட்ட தமிழன்' என்ற தலைப்பில் வெளிவந்தது.

செல்லுலாய்ட் திரைப்படம் வெளிவந்தபோது (2013 பெப்ரவரி) தமிழிலும் இந்த படத்தை கொண்டுவரவேண்டும் என்று விரும்பினோம். வேற்றுமொழி படங்களை தமிழில் ஒலிமாற்று செய்து வெளியிடும் சில பிரமுகர்களைத் தொடர்புகொண்டு பேசினோம். ஒருவர் சென்னையில் படத்தைப் பார்த்துவிட்டு, மசாலா குறைவாக இருப்பதால்

தமிழ் ரசிகர்களுக்கு இந்தப் படம் பிடிக்காது என்றார். வேறொருவர் தற்போது தயாரிப்பாளர் அதிக தொகை கேட்பதாகவும், சில மாதங்களுக்குப் பிறகு கேட்டால் குறைந்த தொகைக்கு வாங்கிவிடலாம் என்றார்.

விஜய் டிவியின் பிரபல நிகழ்ச்சி தயாரிப்பாளரான நீயா?நானா? அந்தோணிராஜ் அவர்களை தொடர்புகொண்டு, இந்த சினிமாவை தமிழில் கொண்டு வருவதற்கு நீங்கள்தான் முயற்சி எடுக்க வேண்டும் என்று வலியுறுத்தினேன். தனது நிகழ்ச்சி தயாரிப்பு குழுவில் பணிபுரிந்தவரும், கேரளாவைச் சேர்ந்தவருமான ஹரிஸ் என்பவரிடம் அந்தோணி படத்தை தமிழில் கொண்டு வருவது குறித்து ஆலோசித்திருக்கிறார். இதனையடுத்து, ஹரீஷும் அவரது நண்பர்களான யோகராஜ், ஜெயவேல் முருகன் ஆகியோரெல்லாம் இணைந்து செல்லுலாய்டை தமிழில் வெளிக்கொண்டு வருவதற்கான பணிகளில் இறங்கிவிட்டனர்.

இந்த திரைப்படத்தின் இசை வெளியீட்டு விழா நிகழ்ச்சியினை தமிழக பத்திரிகைகள் பரவலாக செய்தி வெளியிட்டு, டேனியலை தமிழகம் முழுவதும் அறியச் செய்துவிட்டன. இந்த நிகழ்ச்சியில் சிறப்புரை நிகழ்த்திய இயக்குநர் பாலுமகேந்திரா, பழைய தமிழ் திரைப்படங்களை பாதுகாப்பதற்காக தமிழக அரசு சார்பில் திரைப்பட ஆவண காப்பகம் தொடங்கப்பட வேண்டும் என்றதொரு முக்கிய கோரிக்கையினை முன் வைத்திருந்தார். கேரள மாநில அரசு சார்பில் மூணாரில் திரைப்பட ஆவண காப்பகம் தொடங்குவதற்கான திட்டம் வகுக்கப்பட்டிருக்கிறது. தமிழ் சினிமாவில் கலைத் தன்மையைவிட வணிகத் தன்மையே ஓங்கி நிற்பதால், இது போன்ற உருப்படியான முயற்சிகள் மேற்கொள்ளப்படாமல் இருக்கின்றன. இந்த நிலை விரைவில் மாறும் என்று நம்புவோம்.

சென்னை திரைப்பட பள்ளியை நடத்திவரும் திருமதி. அஜிதா வேல்முருகன் அவர்கள் சேலங்காட்டாரின் புத்தகத்தை தமிழில் வெளியிட முன்வந்தார்கள். அத்துடன் தங்களது நிறுவனம் சார்பில் டேனியலைப் பற்றி ஆவணப்படம் தயாரிக்கவும் முன்வந்தார். இந்த ஆவணப் படத்திற்காக டேனியலுடன் தொடர்புடைய பல்வேறு பிரமுகர்களிடம் பேட்டி கண்டோம்.

புத்தகத்தை தமிழில் வெளியிடும் உரிமையை பெறுவதற்காக சேலங்காடு கோபாலகிருஷ்ணனின் மகன் ஸாஜீவை சந்திக்க சேர்த்தலைக்குச் சென்றிருந்தோம். டேனியலுக்கு அங்கீகாரம் பெற்று தருவதற்காக தனது தந்தையார் மேற்கொண்ட முயற்சிகளை ஸாஜீ எங்களிடம் விவரித்தார்.

சேலங்காட்டு கோபாலகிருஷ்ணன் என்று ஒருவர் இல்லாதிருந்தால், டேனியல் இன்றைக்கு இந்தளவிற்கு பேசப்பட்டிருப்பாரா என்பது சந்தேகம்தான். தனது சுற்றத்தாரால்கூட அங்கீகரிக்கப்படாமல் இருந்த ஒருவரைப் பற்றி தொடர்ந்து பத்திரிகைகளில் கட்டுரைகள் எழுதி மலையாள சினிமாவின் தந்தை என்ற தகுதியை பெற்றுத்தந்தவர் சேலங்காட்டு கோபாலகிருஷ்ணன்தான். சேலங்காட்டார் எழுதிய புத்தகங்களை கேரளத்தின் முன்னணி பதிப்பகங்கள் இன்றைக்கும் தொடர்ந்து பதிப்பித்துக் கொண்டே இருக்கின்றன.

டேனியல் குறித்த தகவல்களை சேகரிக்கும்போது, குமரி மண்ணில் கண்டு கொள்ளப்படாத பல ஆளுமைகளைப் பற்றியும் தெரிந்து கொள்ள முடிந்தது. திருவாங்கூர் சமஸ்தானத்தில் முதன் முதலில் தொடங்கப்பட்ட செய்தித் தாளான திருவாங்கூர் டைம்ஸ் பத்திரிகையில் டேனியலின் உறவினர் எம்.டி.டேனியல் 15 ஆண்டு காலம் ஆசிரியராக பணியாற்றியிருக்கிறார். 1876ஆம் ஆண்டு நாகர்கோவிலில் தொடங்கப்பட்ட இந்த செய்தித்தாளானது குமரி மாவட்டம் தமிழகத்துடன் இணைவதுவரைக்கும் வெளிவந்திருக்கிறது.

ஆங்கிலேயர் ஆட்சி காலத்தில் தேயிலை தோட்டங்களில் கொத்தடிமைகள் போல் நடத்தப்பட்ட தொழிலாளர்களைப் பற்றி சமீபத்தில் பரதேசி என்ற திரைப்படம் வெளிவந்திருந்தது. பி.எச்.டேனியல் என்ற மருத்துவர் எழுதிய RED TEA ஆங்கில நாவலைத் தழுவிதான் இந்த திரைப்படம் எடுக்கப்பட்டிருந்தது. இந்த நாவல் எரியும் பனிக்காடு என்ற பெயரில் தமிழாக்கம் செய்யப்பட்டிருக்கிறது. இந்த நாவலாசிரியரைப் பலரும் மலையாளி என்றே நினைத்துக் கொண்டிருந்தனர். அவர் நமது

ஜே.சி.டேனியலின் ஒன்றுவிட்ட சகோதரர் ஆவார். ஜே.சி.டேனியலின் சித்தப்பாவான மருத்துவர் பால் டேனியலின் மகன்தான் பி.எச்.டேனியல் என்றறியப்பட்ட பால் ஹாரீஸ் டேனியல்.

இவ்வாறு டேனியலைப் பற்றிய தேடுதலின்போது புதிய ஆளுமைகளைப் பற்றியும் தெரிந்து கொள்ள முடிந்தது. அத்துடன் பல புதிய பத்திரிகையாளர்களுடனும், எழுத்தாளர்களுடனும் நட்பு வட்டம் விரிவடைந்தது. அந்த வகையில் ஜே.சி.டேனியலுக்கு நன்றி கூற வேண்டியிருக்கிறது.

— என்.டி.தினகர்.

அணிந்துரை

ஜே.சி. டேனியலும் சேலங்காட்டு கோபால கிருஷ்ணனும்

ஆரம்பகால மலையாள சினிமாவின் வரலாற்றுக்கு சொந்தக்காரன் யார் என்ற தேடுதலை தொடங்கினால், நாம் சேலங்காட்டு கோபாலகிருஷ்ணனிடம் தான் போய் நிற்க வேண்டும். சில ஆண்டுகளுக்கு முன்னால் அதிகமாக அறியப்படாமல் நம்மை விட்டகன்ற, அறிவு ஜீவியும் வரலாற்று தேடகனுமான சேலங்காட்டாரின் ஒரு சிறப்புமிகு கையெழுத்துப் பிரதியை அவருடைய மகன் தேடியெடுத்து தெரியப்படுத்தினார். அதுவே 'ஜே.சி.டேனியலின்றெ ஜீவித கதா' என்ற பெயரில் புத்தகமாக வெளிவந்தது. மலையாள சினிமாவின் வரலாற்றில் மறைக்கப்பட்டிருந்த ஒரு பகுதி வெளிக் கொணரப்பட்டது. மலையாள சினிமாவுக்குத் தொடக்கமிட்ட ஜே.சி.டேனியலின் ஆவேசம், ச்ர்கசம், திடமான முடிவு, சிரமங்கள், தனிமை, புறக்கணிப்பு என்று தொடரும் அவரது அசாதாரணமான வாழ்க்கையானது ஒவ்வொரு சினிமாக்காரனும் வியப்புடன், ஆதரவுடன் நன்றியுடன் படித்து தெரிந்து கொள்ள வேண்டிய ஒரு அபூர்வமான வாழ்க்கை வரலாறு ஆகும்.

விகதகுமாரன் என்றப் பெயரைச் சொந்தமாக்கிக் கொண்ட மலையாளத்தின் முதல் சினிமாவின் காட்சி திரையிடப்படாமல் தடுக்கப்பட்டதும், அந்தப் படத்தின் படச்சுருள், திரைக்கதை, படம் பிடிக்கப்பட்ட ஸ்டுடியோ என அனைத்துமே அழிக்கப்பட்டுவிட்டன.

பெண்கள் நடிப்புத்துறைக்கு வந்து சேராத அந்த காலகட்டத்தில் அனார்க்கலியாகவும், வாசவதத்தையாகவும் நாடகங்களில் நடித்தவர்கள் அனைவரும் ஆண்கள்தான். மும்பையிலும் சென்னையிலும் பெண்கள் சினிமாவில் நடிக்க ஆரம்பித்த போதிலும், கேரளத்தில் பழமை ஆச்சாரங்களை கடைபிடிக்கும் நாகரிக மனிதர்கள், நாயகி வேடத்தில் நடித்த ரோசி என்ற பெண்ணையும் அவர் நடித்த சினிமாவையும் தீங்கு என்று சொல்லி ரௌடிகளை விட்டு துரத்தியடித்தனர். ஒரு இளம்பெண்ணை வாழவிடாத துர்நிலைக்குத் தள்ளவும், முதல் சினிமாவை தயாரிப்பதற்காக முன்வந்த டேனியல் என்ற இளைஞனை அத்துறையிலிருந்து இல்லாமல் செய்வதற்கான அனைத்தையும் செய்து கொண்டிருந்தார்கள்.

இந்த துயரக்கதை முதல் சினிமாவில் மட்டும் முடியவில்லை. மலையாளத்தின் இரண்டாவது சினிமாவான 'மார்த்தாண்டவர்மா' என்ற படத்திற்கும் கிட்டத்தட்ட இதே நிலமைதான் ஏற்பட்டது. டேனியலின் உறவினரும் உதவியாளருமாக இருந்த சுந்தர்ராஜ், தனது பூர்வீக சொத்துக்கள் அனைத்தையும் விற்று முதலாக்கி தயாரித்த இந்த சினிமா, திரைக்கதை மோசடி வழக்கில் சிக்கி தடை செய்யப்பட்டதால், அவரும் தயாரிப்பு துறையிலிருந்து வெளியேறினார். சில ஆண்டுகளுக்குப் பிறகு 1938ஆம் ஆண்டு மலையாளத்தின் முதல் பேசும் படமான பாலன் தயாரிக்கப்பட்டபோது கூட பல பிரச்சனைகளை சந்தித்து விட்டுத்தான் திரைக்கு வந்தது.

உலக சினிமாவிலும் ஆரம்பகால சினிமா தயாரிப்பாளர்கள் பலருக்கும் டேனியலைப் போல் அனுபவங்கள் ஏற்பட்டதாக வரலாற்றில் பதிவு செய்யப் பட்டுள்ளது. இதற்கு சிறந்த உதாரணமாக ஹாலிவுட் என்ற மிகப்பெரிய நவீன சினிமாத் துறைக்கு தொடக்கமிட்ட D.W.கிறிபித்தை குறிப்பிடலாம். தி பெர்த் ஆஃப் நேஷன், இன்ட்டாலரன்ஸ்

போன்ற அதிகமான கிளாசிக் படங்களை தயாரித்த கிறிபித் ஒரு சினிமா எடுப்பதற்கு முடியாமல் பதினாறு ஆண்டுகள் வெறுமனே செலவழித்தார். எழுபத்தி மூன்றாவது வயதில் அவர் நோய்வாய்ப்பட்டு இறந்து போனபோது, அவர் விதை போட்டு விரிவுபடுத்திய ஹாலிவுட் பெரும் மாற்றத்திற்குள்ளாகியிருந்தது. அந்த விரிவாக்கத்திற்கு தொடக்கமிட்டவர், ஹாலிவுட் தயாரிப்பாளர்களின் அந்தஸ்திற்கும் கௌரவத்திற்கும் உகந்ததாக அல்லாத ஒரு மூன்றாம் தர விடுதியில் நோய்வாய்ப்பட்டு, குடிகாரனாக தனிமையில் இறந்து போகிறார். மகானான கிறிபித்தின் இறுதிச்சடங்கில் அன்று ஹாலிவுட்டின் பிரபலங்கள் எவரும் கலந்து கொள்ளவில்லை என்று டைம் பத்திரிகையில் சினிமா கட்டுரை எழுதி வந்த எஸ்ரா குட்மன் என்பவர் பதிவு செய்திருக்கிறார். (The fifty year fall and Decline of Hollywood) கிறிபித்தை விடவும் மிகவும் மோசமான நிலையிலேயே டேனியலை பார்க்க முடிகிறது. விகதகுமாரன் தான் மலையாளத்தின் முதல் சினிமா என்பதோ, அதை எழுதி இயக்கியதும் ஒளிப்பதிவு செய்து தயாரித்ததும் ஜே.சி. டேனியல் என்பவர்தான் என்பது மலையாள சினிமாவில் உள்ளவர்களுக்கோ, பத்திரிகையாளர்களுக்கோ, அரசாங்க அதிகாரிகள் வரை யாருமே அறிந்திருக்கவில்லை. மாறாக சேலங்காட்டு கோபாலகிருஷ்ணன் போன்ற ஒரு நபர் உண்மையை வெளிக்கொணர்ந்து ஆதாரங்களை வெளியிட்ட போது, அவர்கள் அவற்றை ஏளனம் செய்து புறம் தள்ளினார்கள். மலையாள சினிமாவின் பொன்விழா கொண்டாட்டங்கள் தவறான ஆண்டில் கொண்டாடப் படுகிறது என்ற உண்மையை அவர் விழா நிர்வாகிகளுக்கு தெரியப்படுத்தியபோது அன்றைக்கு அது பெரிய தவறாகவே பார்க்கப்பட்டது.

அன்றைக்கு ஒரு சினிமா பத்திரிகையில் சேலங்காட்டார் எழுதிய ஒரு கடிதத்தின் விளைவாக, சினிமா இதழாளர் சி.கே.சோமனும், மலையாள மனோரமாவின் நிருபர் மணார்க்காடு மத்தாயியும் தென் திருவிதாங்கூரிலுள்ள அகஸ்தீஸ்வரம் வரைச் சென்று, வயோதிகரான ஜே.சி.டேனியலை பேட்டி கண்டு படங்களுடன் பத்திரிகையில் எழுதினார்கள்.

இதற்கு முன்பாகவே சேலங்காட்டாரின் முயற்சிகளும், அதன் பலன்களும் துரோகங்களை எதிர்க்கொண்டு இறுதியில் எப்படி அங்கீகரிக்கப்பட்டது என்று காலம் கடந்து பார்த்தோம். பல்வேறு கஷ்டங்களுக்கிடையில் நோயின்பிடியில் வாழ்ந்து கொண்டிருந்த டேனியலுக்கு எப்பாடுபட்டாவது ஏதாவது ஒரு வழியில் அரசாங்க உதவி பெற்று தருவதற்கான உதவி மனப்பான்மை சேலங்காட்டாரின் முயற்சிகளில் முக்கிய பங்காக இருந்தது. தான் விதைபோட்ட சினிமா சமூகத்தின் ஆதரவோ, மரியாதையோ, அஞ்சலியோ ஒரு சிறு உதவி கூட கிடைக்காமல் டேனியல் மரணத்திற்கு கீழ்படிந்தார் என்பது நாம் எப்போதும் அவமானத்திற்கு உட்பட வேண்டிய உண்மையாகவே தேங்கி நிற்கிறது.

இன்றைக்கு ஜே.சி.டேனியல் மலையாள சினிமாவின் தந்தையாக அங்கீகரிக்கப்பட்டிருக்கிறார். அவர் தயாரித்தது மௌனப்படம் தானே, மலையாளப் படமில்லையே? என்றெல்லாம் முன் காலங்களில் சேலங்காட்டாரிடம் எதிர்த்தவர்கள் அதிகம். ஆனால் இன்றைக்கு யாரும் இப்படி கூற மாட்டார்கள். மலையாள சினிமாவின் வாழ்நாள் சாதனை யாளருக்கான விருதை ஜே.சி.டேனியலின் பெயரில் கேரள அரசு ஆண்டுதோறும் வழங்கி வருகிறது. இந்த மாற்றத்திற்கு வித்திட்டு தனியாளாக நின்று யுத்தம் நடத்தியவர் சேலங்காட்டு கோபாலகிருஷ்ணன்தான் என்பது எத்தனை பேருக்கு தெரியும்?

ஒரே மூச்சில் இருந்து படித்து முடிக்கக் கூடிய இந்த சிறிய புத்தகம், நாயகனின் இதயப்பூர்வமான வாழ்வியலையும், எழுத்தாளனின் அர்ப்பணிப்பு கொண்ட தேடுதலையும் நமக்கு வெளிப்படுத்துகிறது. மலையாளத்தில் திடமான மனதைரியமும், வாழ்க்கையில் எதிர்நீச்சல் போடுகின்றதுமான சினிமா உருவாக வேண்டும் என்று விரும்புகிறேன். அதற்காக செயல்படுகின்ற நல்லவர்களுக்காக இந்த புத்தகத்தை அர்ப்பணிக்கிறேன்.

திருவனந்தபுரம் **– அடூர் கோபாலகிருஷ்ணன்**

18-04-2011

முன்னுரை

இந்திய சினிமா சரித்திரத்தின் பாதுகாவலனாக திகழ்வது, பூனேயில் உள்ள நேஷனல் ஃபிலிம் ஆர்க்கைவ்ஸ் நிறுவனம் ஆகும். இந்திய அரசின் செய்திப்பரப்பு துறையின் கீழிலுள்ள இந்த அமைப்பு கூட ஜே.சி. டேனியலை குறித்தோ, அவருடைய விகதகுமாரன் என்ற சினிமாவை குறித்தோ அறிந்திருக்கவில்லை என்பது விசித்திரமாக தோன்றலாம்.

1970களில் அன்றைய பிரபல பத்திரிகைகளிலெல்லாம் நான் டேனியலை குறித்தும் விகதகுமாரன் படத்தைக் குறித்தும் அதிகமாக எழுதிவந்தேன். இந்தியாவின் பிரபல சினிமா பத்திரிகையான ஸ்கிரீன் இதழில் 1973ஆம் ஆண்டு ஜுன் 22 தேதியிட்ட இதழில், இந்திய சினிமா சரித்திரத்தை குறித்து ஒரு கட்டுரை வெளிவந்தது. அதில் மலையாளத்தின் முதல் சினிமா மார்த்தாண்டவர்மா என்றும், அதன் இயக்குநர் ஒரு நாயுடு என்றும் குறப்பிடப்பட்டிருந்தது.

நான் இந்த தவறான தகவலை சுட்டிக்காட்டி ஸ்கிரீன் பத்திரிகையின் ஆசிரியர் எஸ்.எஸ்.பிள்ளைக்கு ஒரு கடிதம் எழுதினேன். முதல் மலையாள சினிமா 1928-ல் தயாரிக்கப்பட்ட "விகதகுமாரன்" என்றும், அதன் தயாரிப்பாளரும் இயக்குநரும்

ஜே.சி.டேனியல்தான் என்றும் குறிப்பிட்டிருந்தேன். மலையாளத்தில் எழுதப்பட்ட ஒரு நாவலைத் தழுவி எடுக்கப்பட்ட மார்த்தாண்டவர்மா படத்தின் தயாரிப்பாளர் ஆர்.சுந்தர்ராஜ் என்றும், அதனை இயக்குவதற்கான பொறுப்பை சென்னையை சேர்ந்த ஒரு இயக்குநரிடம் அவர் ஒப்படைத் திருந்தார் என்றும் தெளிவுபடுத்தியிருந்தேன். இந்த கடிதம் 1973ஜுலை 13 தேதியிட்ட ஸ்கிரீன் இதழில் வெளிவந்தது. இதனை படித்து விட்டு, ஆர்க்கைவ்ஸின் இணை காப்பாளராக இருந்த பி.கே.நாயர் எனக்கு ஒரு கடிதம் எழுதியிருந்தார். நாங்கள் இதுவரை நடத்திய தேடுதலிலோ, விசாரணையிலோ விகதகுமாரன் குறித்து எந்த ஒரு தகவலும் கிடைக்கவில்லை என்றும், இது போன்ற ஒரு சினிமாவை குறித்து ஏதாவது ஒரு ஆதாரமோ அல்லது பத்திரிகை விளம்பரமோ கட்டுரைகளோ, எழுத்துப்பூர்வமான வேறு ஏதாவது ஒரு ஆதாரமோ இருந்தால் தனக்கு அனுப்பி வைக்குமாறு கேட்டிருந்தார். அந்தப் படத்தின் படச்சுருள் ஏதேனும் இருந்தால் அந்த விபரத்தை தருமாறும், சினிமாவின் வரலாற்றை குறித்து நான் எழுதிய புத்தகத்தை அனுப்பி வைக்குமாறும் கடிதத்தில் கேட்டிருந்தார்.

சினிமாவின் சரித்திரம் என்ற புத்தகம் 1972ல் தான் வெளிவந்திருந்தது. அதில் டேனியல் மற்றும் அவரது ஸ்டுடியோவை குறித்து விவரமாக எழுதியிருந்தேன். விகதகுமாரன் படத்தின் கதையையும் அதில் விவரித்திருந்தேன். தனது திரைப்பட தயாரிப்பிற்காக டேனியல் எதிர்கொண்ட துயரங்கள், இந்த படத்தில் நடித்ததற்காக ரோஸிக்கு எதிராக நிகழ்ந்த அக்கிரமங்கள் யாவற்றையும் நான் பதிவு செய்திருந்தேன்.ஆனால் எனது கூற்றுகளை ஏற்றுக் கொள்ள மறுத்தனர்.

மலையாளத்தின் பிரபல பத்திரிகைகளும் டேனியலை அங்கீகரிக்க தயாரில்லை என்பதுதான் உண்மை. 1960ஆம் ஆண்டு முதல் மலையாள சினிமா பத்திரிகைகளில் நான் தொடர்ந்து கட்டுரைகளை எழுதி வந்தேன். பெரிய எதிர்பார்ப்புடன், மிக முக்கியமான கட்டுரைகளாக நினைத்து அவற்றை வெளியிட்டனர். ஆனால் டேனியலை பற்றி எழுதும்போது

மட்டும், ஒரு குறிப்பு கொடுத்தோ அல்லது சந்தேகத்திற்குரிய விஷயம் என்பது போன்ற ரீதியில்தான் வெளியிட்டார்கள்.

டேனியலோ, விகதகுமாரனோ முழுக்க எனது கற்பனைகள் என்பது போல் ஒரு பார்வையை கொண்டிருந்தார்கள். ஒரு சிலர் இதனை காமெடியான கட்டுரைகளாக கிண்டல் செய்தார்கள். கட்டுரைகளின் அடியில் இது பத்திரிகையின் கருத்து அல்ல; எழுத்தாளனின் சொந்த கருத்து என்று குறிப்பும் எழுதினர். பாலன் என்ற சினிமா தான் மலையாளத்தில் முதன் முதலில் உருவானதென்றும், அதன் தயாரிப்பாளரான சேலம் மாடர்ன் தியேட்டர்ஸ் உரிமையாளர் டி.ஆர்.சுந்தரம் தான் மலையாள சினிமாவின் தந்தை என்ற கருத்தினையும், அவர்கள் இறுகப் பற்றிக் கொண்டிருந்தனர்.

உண்மையை எவ்வளவு தான் எடுத்துரைத்தும் அவர்களால் அதனை ஏற்றுக் கொள்ள முடியவில்லை. ‘பாலன்’ எனும் மலையாளத்தின் முதல் பேசும் பட தயாரிப்பை தொடங்கியவர் திருவனந்தபுரத்தைச் சேர்ந்த எ.சுந்தரம் பிள்ளை என்பதையும், விதியும் மிஸிஸ் நாயரும் என்ற அவரது படம்தான் பாலன் என்ற பெயரில் டி.ஆர்.சுந்தரத்தின் தயாரிப்பில் வெளிவந்தது என்ற விவரங்களையும் நான் கட்டுரைகளில் எழுதி வந்தேன்.

ஒரு மலையாள பத்திரிகை எனது கட்டுரைக்கு கீழ்க்கண்டவாறு தலைப்பு கொடுத்திருந்தது. மலையாள சினிமாவின் முன்னோடிகளுக்கு சேலங்காட்டு கோபால கிருஷ்ணன் கூறிக்கொள்வது என்னவென்றால் என்பதுபோல் கிண்டலாக தலைப்பு கொடுத்திருந்தனர். அந்த காலத்தில் டேனியல், விகதகுமாரன் போன்றவற்றைப் பற்றி பத்திரிகை நிறுவனங்கள் கொண்டிருந்த மனோபாவத்தை இதன் மூலம் புரிந்து கொள்ளலாம். கன்னியாகுமரிக்கு அருகிலுள்ள அகஸ்தீஸ்வரத்தில் ஜே.சி.டேனியல் உயிருடன் இருக்கும் போதுதான், பத்திரிகைகளில் இந்த கூத்துகள் எல்லாம் அரங்கேறின என்பதை நாம் நினைத்து பார்க்க வேண்டும்.

– சேலங்காட்டு கோபாலகிருஷ்ணன்

1. ஜே.சி.டேனியல்

ஒரு நூற்றாண்டு காலத்திற்கு முன்பு சங்கணாசேரி நகரத்தில் பிரபலமான அப்போத்திக்காரி (அலோபதி மருத்துவர்) ஒருவர் இருந்தார். அவரது பெயர் டேனியல். கை தேர்ந்த மருத்துவராக இருந்த அந்த அப்போத்திக்காரிக்கு சமூகத்தில் நல்ல புகழும், மரியாதையும் இருந்தது. மருத்துவ துறையில் நன்றாக சம்பாதித்த டேனியல் சங்கணாசேரியிலும், தென் திருவிதாங்கூர் பகுதிகளிலும் நிறைய சொத்து சேர்த்திருந்தார். இவர் லண்டன் சென்று மருத்துவம் படித்தவர் என்று கூறப்படுகிறது.

இவருடைய முன்னோர்கள் தென் தமிழகத்திலுள்ள சாத்தான்குளம் ஊரைச் சேர்ந்தவர்கள். அங்கு ஒரு இந்து குடும்பத்தில் பிறந்த சொர்ணமுத்து என்பவர்தான் பின்னாளில் டேனியல் மருத்துவராக மாறியதாக கூறப்படுகிறது. சொர்ணமுத்துவின் கிராமத்திற்கு ஒருநாள் லீ என்றழைக்கப்பட்ட ஒரு ஆங்கிலேய அப்போத்திகாரி வந்திருக்கிறார். சொர்ணமுத்துவின் புத்திகூர்மை அந்த மருத்துவரை கவரவே, அவர் சொர்ணமுத்துவை தனது உதவியாளராக நியமித்து மருத்துவமும், ஆங்கிலமும் கற்றுக் கொடுத்திருக்கிறார். சில நாட்களுக்குப் பிறகு சாத்தான்

குளத்திலிருந்து சொர்ணமுத்து காணாமல் போய்விட்டார். லீ அவரை இங்கிலாந்திற்கு அழைத்துச் சென்று மருத்துவம் படிக்க ஏற்பாடு செய்ததாக கூறப்படுகிறது. இவை அனைத்துமே செவிவழி தகவல்களாகும்.

சங்கணாசேரியில் புகழுடன் வாழ்ந்த மருத்துவர் டேனியலின் மகனாக பிறந்த ஞானாபரணம் டேனியல், ஒரு ஆங்கில ஆசிரியராகவும், ஒரு கிறிஸ்தவ பள்ளியின் தலைமையாசிரியராகவும் பணியாற்றியிருந்தார். திருவிதாங்கூர் சமஸ்தானத்தின் திவானாக பதவி வகித்திருந்த கிருஷ்ணன் நாயர் உட்பட ஒரு பிரபலமான சிஷ்ய தொடர்பு இந்த ஆசிரியருக்கு இருந்தது. அவருடைய மகன்தான் மருத்துவர் ஞானாபரணம் ஜோசப் டேனியல்.

என்.ஜெ.டேனியல் என்றழைக்கப்படும் இவர் திருவிதாங்கூர் சுகாதாரத்துறையில் பணியாற்றத் தொடங்கி, தலைமை மருத்துவ அதிகாரி பதவி வரைக்கும் உயர்ந்தவர். திருவனந்தபுரம் பொது மருத்துவமனையின் விரிவாக்கப் பணிகள் இவரது தலைமையின் கீழ்தான் நடைபெற்றன. இவரது சகோதரர்களும் மருத்துவர்களாக இருந்ததால் இவர்கள் டாக்டர் குடும்பம் என்று அழைக்கப்பட்டனர்.

கிறிஸ்தவ நாடார் சமூகத்தில் வசதிபடைத்த சிலர் தென் திருவிதாங்கூர் பகுதியில் வசித்து வந்தனர். அங்கேயுள்ள அகஸ்தீஸ்வரம் ஊரில் செல்வந்தர்கள் பலர் இருந்தனர். அந்த ஊரைச் சேர்ந்த பிரபல கட்டுமானப் பணி ஒப்பந்ததாரரான சாலமன் சமுதாயப் பணிகளிலும் நாட்டம் கொண்டவராக இருந்தார். இவரது மனைவி பெயர் சூஸம்மா. இந்த தம்பதியினரின் மகளான ஞானம்மாளை மருத்துவர் என்.ஜெ.டேனியல் திருமணம் செய்து கொண்டார். சாலமன் தனது மகளுக்கு உயர்ந்த கல்வியை அளிக்க வேண்டும் என்ற ஆர்வம் கொண்டிருந்தார். ஞானம்மாளுக்கு ஆங்கில கல்வியை அளிக்க ஒரு ஆங்கிலேய பெண்மணியை நியமித்திருந்தார்.

என்.ஜெ.டேனியல் - ஞானம்மாள் தம்பதியினருக்கு பதினொரு குழந்தைகள் பிறந்தன. சிறு பருவத்திலேயே இருவர் இறந்துவிட்டனர். மீதமுள்ள ஒன்பது பேரில் ஏழாவது பிள்ளையாக இருந்தவர்தான் நமது கதாநாயகனான, மலையாள

சினிமாவின் தந்தை ஜே.சி.டேனியல். மருத்துவர் என்.ஜே.டேனியலை அகஸ்தீஸ்வரம் சொந்த பந்தங்கள் சங்கணாசேரி பாட்டா (தாத்தா) என்றுதான் அழைப்பர். தந்தையைப் போல் மூத்த மகனும் மருத்துவ தொழிலில் ஈடுபட்டார். சாலமன், சாம் டேனியல், சதாநந்தம்மாள், ராசையா டேனியல், அய்யாதுரை, ஹாரீஸ் டேனியல், ரோஸம்மா ஆகியோர் ஜே.சி. டேனியலின் சகோதர சகோதரிகள் ஆவர்.

என்.ஜெ.டேனியல் நெய்யாற்றின் கரையில் அரசு மருத்துவராக பணிபுரிந்து கொண்டிருந்த காலத்தில், 1900 ஆம் ஆண்டு நவம்பர் 28ஆம் தேதியன்று ஜே.சி.டேனியல் என்றழைக்கப்படும் ஜோசப் செல்லையா டேனியல் பிறந்தார். அந்த சமயத்தில் அவரது தந்தை அகஸ்தீஸ்வரத்தில் அரண்மனை போன்ற ஒரு வீட்டை கட்டத் தொடங்கினார். பத்து சென்ட் நிலப்பரப்பில் நிலவறையுடன் கூடிய அந்த மாளிகை வீடு, அன்றைக்கு சுற்றுவட்டார மக்களை வியப்பிலாழ்த்தியது. டேனியல் குடும்பத்தினர் 1905ஆம் ஆண்டு அந்த வீட்டில் குடியேறியதாக ஜே.சி.டேனியல் என்னிடம் கூறினார். புத்தன் வீடு என்றும் புது வீடு என்றும் சுற்று வட்டார மக்கள் அந்த வீட்டை அழைத்தனர். அந்த வீட்டில் வைத்துதான் துரதிஷ்டம் சூழ்ந்த நிலையில் பக்கவாதத்தாலும், கண் தெரியாமலும் அவதிப்பட்ட டேனியலை நான் கண்டேன். அந்த வீட்டின் கம்பீரமான அமைப்பும், தூண்களும் ஒரு காலத்தில் டேனியல் குடும்பத்தினர் எவ்வளவு அந்தஸ்துடன் வாழ்ந்திருக்க முடியும் என்பதற்கு அளவுகோல்களாகும்.

ஜோசப் செல்லையா டேனியல் சாப்பாட்டு விஷயத்தில் தன் சகோதரர்களைவிட அதி சூரராக இருந்தார். நல்ல உயரமும் திடகாந்தரமான தேக அமைப்பும் கொண்டிருந்த அவர், வாலிப வயதில் சிலம்பாட்டக் கலையை ஈடுபாட்டுடன் கற்கத் தொடங்கினார். நாடகம், கூத்து போன்ற கேளிக்கைகளை காண்பதில் அதீத ஆர்வம் இருந்தது. அந்த காலகட்டத்தில் புராட்டஸ்டன்ட் கிறிஸ்தவர்கள் நாடகம் பார்ப்பது பாவம் என்ற மனோபாவத்திற்கு உட்பட்டிருந்தனர். அப்படியிருந்தும் ஆச்சாரங்களை துச்சமாக நினைத்து, இரவு நேரங்களில் வீட்டில் அனைவரும் தூங்கிய பிறகு, நாடகம் காண டேனியல் மறைந்து செல்வது வழக்கம்.

தனது விளையாட்டு தோழனும், குடும்பத்தின் சவரத் தொழிலாளியாக இருந்தவரின் மகனான ராமன்சங்கு தான் டேனியலை கூத்து பார்க்க அழைத்துச் செல்வான். இரவு நேரங்களில் ரகசியமான பயணங்கள் வழக்கமாக தொடர்ந்து கொண்டிருந்தது. தந்தையோ சகோதரர்களோ வீட்டிலுள்ள யாருமே இந்த பயணத்தைப் பற்றிதெரிந்திருக்கவில்லை. ஒருநாள் தந்தையார் மகனின் இரவு பயணத்தை கண்டுபிடித்துவிட்டார். வீட்டில் விசாலமான வரவேற்பு அறையில் ஒரு மேஜையின் நாலாபுறமும் விரட்டி விரட்டி மகனை அடித்திருக்கிறார். இதேப்போன்று ராமன் சங்குவிற்கு அவனது தந்தையிடமிருந்து தகுந்த சன்மானம் கிட்டியது. கடுமையான கண்டிப்புடன் தந்தையார் டேனியலை வளர்த்தாலும், மனதில் எழும் கலைநயத்தை அடக்க அந்த சட்டதிட்டங்களால் முடியவில்லை.

டேனியலின் பதினோராவது வயதில் அவரது தந்தை என்.ஜெ. டேனியல் காலமாகிவிட்டார். தொடக்க கல்வியை அகஸ்தீஸ்வரத்திலும், உயர்நிலை கல்வியை நாகர்கோவிலிலும் முடித்த பின்பு டேனியல் மேல்நிலை மற்றும் கல்லூரி வாழ்க்கையை திருவனந்தபுரத்தில் தொடர்ந்தார்.

இளம் வயதிலேயே சிலம்பாட்டப் பயிற்சியை தொடங்கிய டேனியலின் ஆர்வம் அடுத்ததாக களரி பயிற்சி மீது திரும்பியது. திருவிதாங்கூரின் தெற்கு பகுதிகளில் பாரம்பரியமாக இருந்து வந்த அடிமுறைகள் தெக்கன் களரி என்ற பெயரில் பயிற்றுவிக்கப்பட்டு வந்தன. பிரபலமான களரி ஆசான் ஒருவரிடமிருந்து களரி அடிமுறைகளை கற்றுக் கொண்டார். தெக்கன் களரியின் உடன்பிறப்பு என்றழைக்கப் படும் வர்ம கலையிலும் ஆர்வம் ஏற்படவே, வர்ம தாக்கு முறைகளையும் கற்றுத் தேர்ந்தார்.

களரி மீதிருந்த அதீத பற்றுதலே டேனியலுக்கு 'சினிமா மீது தீரா மோகத்தை ஏற்படுத்தியது. வெளிநாட்டிலிருந்து இறக்குமதியாகும் சண்டைக் காட்சிகள் நிரம்பிய சினிமாக்களை பார்த்ததன் விளைவாக, களரி அடிமுறைகளை கருவாகக் கொண்டு சினிமா எடுக்க வேண்டும் என்ற புதிய சிந்தனை ஏற்பட்டது.

திருவனந்தபுரம் பல்கலைக்கழக கல்லூரிக்கு அருகிலுள்ள உயர்நிலைப் பள்ளியில் படிக்கும்போது, டேனியல் கால்பந்து அணியின் கேப்டனாக இருந்தார்.

ஜிம்னாஸ்டிக்கில் பலமணி நேரம் செலவளித்தும், களரியில் தொடர்ந்து பயிற்சி எடுத்து வந்தாலும், பாடங்களை படிப்பதில் கோட்டை விடவில்லை. இந்த காலகட்டத்தில் ஒலிப்பதிவுடன் கூடிய பேசும் படங்கள் அறிமுகமாகவில்லை. மௌனப்படங்கள் தான் திருவனந்தபுரத்தில் திரையிடப்பட்டு வந்தன. சினிமா என்ற புதிய ஊடகம் பிரபலமாகி வந்தது.

திருவனந்தபுரத்தில் திரையிடப்படும் மௌனப் படங்களையெல்லாம் இரவு நேரங்களில் சென்று பார்ப்பது டேனியலின் வழக்கமாக இருந்தது. சினிமா மீது அவருக்கு ஏற்பட்ட பற்றுதல் மிக ஆழத்திற்கு சென்ற காலகட்டம் இதுவே. ◻

அகஸ்தீஸ்வரத்தில் உள்ள புத்தன் வீடு (ஜே.சி.டேனியலின் குடும்ப வீடு)

ஜே.சி.டேனியலின்
தந்தையார்
என்.ஜே.டேனியல்

ஜே.சி.டேனியலின்
தாயார்
ஞானம்மாள்

2. ஜானட்

களரி பயிற்சியும், புத்தக வாசிப்புமாக உயர்நிலை கல்வியை பூர்த்தி செய்த பின்பு இன்டர்மீடியேட் வகுப்பில் சேர்ந்தார். படிக்கும் காலத்தில் பாளையம் வின்ஸ் ஹாஸ்டலில் தங்கியிருந்தார். அனந்தபுரியில் வெளியாகும் எல்லா மௌனப் படங்களையும் ஒன்றுவிடாமல் பார்த்துவிடுவார்.

களரி பயிற்சியில் நன்கு தேர்ச்சி பெற்ற பின்பு வர்ம சாஸ்திரம் மீது கவனம் திரும்பியது. தென் திருவிதாங்கூர் பகுதியில் அவரது சமூகத்தைச் சேர்ந்த களரி ஆசான்கள் வர்மகலையிலும் நிபுணத்துவம் பெற்றவர்களாக இருந்ததால், அவருக்கு இயல்பாகவே அதில் ஆர்வம் எழுந்தது. வர்ம தாக்கு முறைகள் ஒவ்வொன்றையும் கற்கத் தொடங்கினார்.

ஒருநாள் கல்லூரி நூலகத்தில் அமெரிக்காவிலிருந்து வெளிவந்த ஒரு ஆங்கில பத்திரிகையை அவர் பார்க்க நேர்ந்தது. அதில் ஒலிப்பதிவுடன் கூடிய பேசும் படங்களை தயாரிப்பது குறித்த கட்டுரை ஒன்று இடம் பெற்றிருந்தது. ஒரு தடவைக்கு பத்து தடவை அந்த கட்டுரையை படித்தார். அது அவரது மனதில் இனம் புரியாத ஒரு ஆசையை தூண்டுவதாக இருந்தது. களரி கலையை குறித்து ஆங்கிலத்தில் ஒரு புத்தகம் எழுதி வெளியிட வேண்டும் என்ற கனவுடன் இருந்த அவருடைய மனதில், புத்தகத்திற்கு பதில் ஒரு சினிமா எடுத்தால் எப்படியிருக்கும்? என்ற புதிய எண்ணம் வலுப்பெறத் தொடங்கியது.

களரி வித்தைகளையும், வர்ம சாஸ்திரத்தையும் வைத்து ஏன் ஒரு சினிமா எடுக்க கூடாது என்ற சிந்தனை நாளுக்கு நாள் மனதை ஆக்கிரமிக்க தொடங்கியது. இன்டர்மீடியேட் பூர்த்தியான பின்பு, பாளையத்தில் தங்கியிருந்து கொஞ்சம் நாள் மர வியாபாரம் செய்தார். இந்த சமயத்தில்தான் அவர் ஒரு காதல் வலையில் அகப்பட்டார்.

வின்ஸ் ஹாஸ்டலுக்கு அருகாமையில் இருந்த எல்.எம்.எஸ்.புத்தக கடையில், புத்தக ஆர்வம் கொண்ட டேனியல் ஒரு புத்தகம் வாங்குவதற்காகச் சென்றார். அங்கேயிருந்த எல்.எம்.எஸ். பள்ளியின் தலைமையாசிரியரான ஜெ.ஜோயல் சிங் தான் புத்தகக் கடையின் பொறுப்பாளர். ஜோயல் சிங் கிறிஸ்தவ கீர்த்தனைகளை எழுதும் புலமை பெற்றிருந்தவர். புத்தகக் கடைக்கு அருகாமையில் தான் ஜோயல் சிங்கின் குடும்பம் வசித்து வந்தது.

டேனியல் புத்தகம் ஒன்றை தேடி எடுத்துக் கொண்டு நிற்கும்போது, ஜோயல் சிங்கின் மகள் ஜானட்டும் மகன் வில்சன் சிங்கும் சண்டை போட்டுக் கொண்டார்கள். வில்சன் சிங் அடிப்பதற்காக ஜானட்டை விரட்டியபோது அவள் தனது தந்தையை நோக்கி ஓடினாள். அழுது கொண்டே வந்த ஜானட் ஓடிப்போய் நின்றது டேனியலின் அருகில். அந்த முதல்பார்வையிலேயே மிகவும் அழகாக தென்பட்ட ஜானட், டேனியலின் மனதை கவர்ந்துவிட்டார்.

அன்று அவருக்கு பத்தொன்பது வயது. ஜானட்டின் வயது பதிமூன்று. அன்று தொடங்கிய காதல் ஐந்து ஆண்டுகளுக்கு நீண்டு போனது. இறுதியில் 1924ஆம் ஆண்டு திருவனந்தபுரம் எல்.எம்.எஸ். தேவாலயத்தில் நடந்த திருமண சடங்கில் டேனியல் ஜானட்டை சொந்தமாக்கினார். அந்த மங்களகரமான முகூர்த்தத்தில் ஜோயல் சிங் தான் எழுதிய தமிழ் வாழ்த்துப் பாடலை பாடியிருக்கிறார்.

செல்வ வளம் கொண்ட டேனியல், சாதாரண குடும்பத்தில் பிறந்த ஜானட்டை திருமணம் செய்ததில், அவருடைய குடும்பத்திலிருந்து எந்தவித எதிர்ப்பும் கிளம்பவில்லை. அது மட்டுமல்ல மற்ற மருமகள்களைப் போலவே ஜானட்டிடமும் ஞானம்மாள் அன்புடன் நடந்து கொண்டார்.

ஜானட்டை விரட்டி டேனியலுக்கு அருகில் போய் நிற்க வைத்த வில்சன் சிங் விகதகுமாரன் படத்தில் ஒரு விடுதி மேலாளராக நடித்திருக்கிறார். அவரது சகோதரன் விக்டர் சிங்கும் இந்த படத்தில் நடித்திருக்கிறார்.

இரு வருடங்களுக்குள் ஜானட்டிற்கு புத்திர பாக்கியம் உண்டானது. அதி சுந்தரனாக இருந்த அந்த வாரிசுக்கு சுந்தரம் என்று பெயரிட்டனர். அவன்தான் மலையாள சினிமாவின் முதல் குழந்தை நட்சத்திரம். தந்தையின் சினிமா நாயகனான சந்திரகுமாரின் சிறு வயது கதாபாத்திரத்தில் சுந்தரம் நடித்திருக்கிறார்.

எம்.ஏ., பட்டம் வாங்கிய சுந்தரம் இலங்கை கண்டியிலுள்ள கல்லூரியில் ஆங்கிலம் கற்று கொடுத்தார். அந்த கல்லூரியின் துணை முதல்வராக பொறுப்பு வகித்து ஓய்வு பெற்ற பின்பு ஆஸ்திரேலியாவில் குடி யேறினார். மனைவி ஆலிவ்வுடன் அங்கு வசித்து வந்த சுந்தரம் தனது எழுபத்தி ஏழாவது வயதில் 2002ம் ஆண்டு அக்டோபர் 5 ஆம் தேதியன்று காலமானார். மலையாள சினிமாவின் முதல் குழந்தை நட்சத்திரத்தின் மரண தகவலை, அவரது சகோதரியான லலிதா ஹென்றி ஜான் பத்திரிகைகளுக்கு சொன்னதால், அதனை ஒரு செய்தியாக நாம் தெரிந்து கொண்டோம்.

டேனியலின் மகளான சுலோசனாவும் "விகதகுமாரன்" படத்தில் முகம் காட்டியிருக்கிறார். இவர்களை தவிர்த்து விஜயா டேவிட், ஹாரீஸ் டேனியல் ஆகியோரும் டேனியலின் பிள்ளைகள் ஆவர். திருமணத்திற்கு பிற்பாடு சுலோசனா நாகர்கோவிலிலும், விஜயா டேவிட் ஹைதராபாத்திலும் வாழ்ந்திருக்கிறார்கள். ஐந்து பிள்ளைகளில் கடைசி மகனான ஹாரிஸ் டேனியல் சேலத்திலும் மகள் லலிதா திருவனந்தபுரத்திலும் வசித்து வருகிறார்கள்.

◻

ஜோயல் சிங் (ஜானட்டின் தந்தை)

குடும்பத்தினருடன் ஜானட்

3. சினிமா வாழ்க்கையில்

களரியும் சினிமாவும் டேனியலின் சிந்தனையை ஆக்கிரமித்திருந்த நேரத்தில் வர்மக்கலையை பற்றி ஒரு மணி நேரம் வரும் அளவில் ஒரு ஆவணப்படம் (டாகுமெண்டரி) எடுப்பது அவரது முதல் திட்டமாக இருந்தது. அமெரிக்க பத்திரிகையிலிருந்து கிடைத்த பேசும் படம் குறித்த தகவல்கள் அவரது மனதில் பதிந்திருந்தது. அந்த பத்திரிகையில் கொடுக்கப்பட்டிருந்த முகவரிக்கு பேசும் படம் குறித்த கூடுதல் தகவல்களை பெறுவதற்காக கடிதம் எழுதினார். ஆனால் அதற்கு பதில் வரவில்லை.

நமது நாட்டில் பேசும் படத்தைப் பற்றி யாரும் கேள்விப்பட்டிராத காலகட்டத்தில்தான் பேசும் படம் எடுப்பது குறித்து டேனியல் சிந்தித்தார் என்பதை நினைவில் கொள்ள வேண்டும். இது நடந்திருந்தால் சில சமயம் முதல் பேசும் படம் தயாரித்த இந்தியராக டேனியல் இருந்திருப்பார். மௌன படங்கள் வெண்திரையில் ஓடும்போது ஒருவர் காட்சிகளை விவரித்துக் கொண்டிருப்பார். களரி காட்சிகள் திரையில் ஓடும்போது அதை ஒருவர் விவரிப்பதை விட, கதாபாத்திரங்களை பேச வைக்க வேண்டும் என்று அவர் விருப்பம் கொண்டிருந்தார். இந்த திட்டம் வெற்றி பெற்றிருந்தால், இந்தியாவில் தயாரிக்கப்பட்ட ஒலிப்பதிவுடன் கூடிய முதல் ஆவணப்படமாக இது இருந்திருக்க கூடும்.

தனது ஆவணப்படத்தை மௌனப்படமாகவே எடுக்கலாம் என்ற முடிவுக்கு வந்த அவர், சென்னையிலும் மும்பையிலும் உள்ள ஸ்டுடியோக்களுக்கு கடிதம் எழுதினார். ஒரு மணி நேரம் ஓடுகின்ற சினிமா எடுப்பதற்கு எவ்வளவு செலவாகும் என்பதை தெரிவிக்குமாறு கடிதத்தில் கேட்டிருந்தார். உடனடியாக அதற்கு பதிலும் வந்தது.

மும்பையிலுள்ளவர்கள் இருபதாயிரம் ரூபாயும், சென்னை யிலுள்ளவர்கள் நாற்பதாயிரம் ரூபாயும் செலவாகும் என்று பதிலளித்திருந்தனர்.

இரு தொகைகளிலும் பெரிய வித்தியாசம் இருந்ததால் சினிமா தயாரிப்பது குறித்து நேரில் சென்று தெரிந்து கொள்வது என்று டேனியல் தீர்மானித்தார். அதன் அடிப்படையில் முதலில் சென்னைக்கு புறப்பட்டார். சென்னையில் இயங்கி வந்த பிரபல சினிமா ஸ்டுடியோ ஒன்றிற்கு சென்று தயாரிப்பு செலவு குறித்து பேசிய போது நாற்பதாயிரம் ரூபாய் வேண்டும் என்று அவர்கள் உறுதியாக இருந்தனர். டேனியல் அதற்கு சம்மதிக்கவில்லை. ஸ்டுடியோவின் செயல்பாடு எப்படி என்பதை பார்த்து தெரிந்து கொள்ள வேண்டும் என்று டேனியல் அனுமதி கோரினார். அதற்கு அவர்கள் அனுமதி அளிக்காததால் மும்பைக்கு பயணமானார்.

மும்பையில் இருபதாயிரம் ரூபாய் கேட்டாலும், அவர் அதற்கு சம்மதிக்கவில்லை. தான் ஒரு ஆங்கில ஆசிரியர் என்றும், ஸ்டுடியோ செயல்பாடுகள் குறித்து தனது மாணவர்களுக்கு தெரிவிக்கும் விதமாக, ஸ்டுடியோவை பார்வையிட அனுமதிக்க வேண்டும் என்று அவர் கூறியதையடுத்து அவர்கள் அனுமதியளித்தனர். ஒரு இரவும், பகலும் ஸ்டுடியோவில் செலவழித்த அவர் அதன் செயல்பாடுகளை மிக வேகத்தில் புரிந்து கொண்டார்.

ஊருக்கு திரும்பிய போது அவரது லட்சியங்கள் அனைத்தும் மாறியிருந்தன. அங்கே இருப்பது போன்ற ஒரு ஸ்டுடியோவை திருவனந்தபுரத்தில் ஏற்படுத்தி, ஒரு கதையை மையப்படுத்தி திரைப்படம் எடுத்தால் என்ன? என்று அவரது சிந்தனை சென்றது.

ஸ்டுடியோ ஆரம்பிப்பதற்கான திட்டங்களை வகுக்கத் தொடங்கினார். தனது திட்டத்திற்கு பங்குதாரர்கள் கிடைப்பார்களா என்று தேடத் தொடங்கினார். இரண்டு மாத தேடுதலுக்குப் பிறகு சுந்தரம் என்பவர் பங்குதாரராக இணைய முன் வந்தார். இருவரும் தலா அரை லட்சம் ரூபாய் முதலீடு செய்வது என்று தீர்மானிக்கப்பட்டது. ஸ்டுடியோவுக்கான ஆரம்ப கட்ட பணிகளை தொடங்கினார்.

சாரதாவிலாஸ் கட்டிடத்தில் டேனியல் படப்பதிவை தொடங்கினார். அதில் நடித்தவர்களும் அந்த வீட்டிலேயே தங்கினர். மின்சாரம் இல்லாததினால் சூட்டிங் முழுவதும் சூரிய வெளிச்சத்தையே நம்பிதான் இருந்தது. காலையில் துவங்கும் படப்பதிவு மாலையில் சூரிய வெளிச்சம் குறையும் வரை தொடரும். படத்தின் கதை இலங்கையிலும் நடப்பதாக இருந்ததால், அங்கேயும் சென்று படப்பதிவு செய்திருக்கிறார். சாரதா விலாஸ் வீட்டின் உள்ளே வெளிச்சம் குறைவாக இருந்ததால் படப்பதிவை நடத்துவதில் சிரமம் இருந்தது. எனவே பெரும்பாலான காட்சிகள் அவுட்டோர் பரப்பிலேயே படப்பதிவு செய்யப்பட்டன. கேமராவை கையினால் சுழற்றி ஒளிப்பதிவு செய்தது டேனியல்தான்.

டேனியல் தனது படக்கம்பெனியின் முகவரியாக சாரதாவிலாஸ் முகவரியைத் தான் லெட்டர்பேட் உள்ளிட்ட ஆவணங்களில் குறிப்பிட்டிருக்கிறார். சாரதாவிலாஸ் கட்டிடம் ஸ்டுடியோவாகவும், அதற்கு பின்னால் அவர் சொந்தமாக கட்டிய சிறிய வீடு லேபரட்டரியாகவும் செயல்பட்டன. திருவாங்கூர் நேஷனல் பிக்சர்ஸ் என்று பெயர் வைத்ததற்கு காரணம், தனது நாட்டின் மீது அவர் கொண்டிருந்த அபிமானமே காரணம் என்று டேனியல் என்னிடம் தெரிவித்தார்.

இன்றைக்கு உள்ளதுபோல் தொழில் நுட்பங்களோ, பின்னணி குரல் கொடுக்கும் வசதிகளோ அன்று இல்லை. இன்னும் சொல்லப் போனால் தனியாக ஒரு கேமராமேன் கூட அன்று கிடையாது. தயாரிப்பாளரான தானே தான் கேமராவை கையினால் சுழற்றி இயக்கியதாகவும், இரவில் ஃபிலிமை கழுவி காயவைத்து எடுத்ததாகவும் டேனியல் கூறியபோது நான் நெகிழ்ந்து போனேன்.

எனது தேடலின் பகுதியாக வழக்கறிஞர் நாகப்பன் நாயரை நேரில் சென்று சந்தித்தேன். டேனியலைப் பற்றியும், முதல் மலையாள சினிமாவைப் பற்றியுமுள்ள எனது தேடுதலின் முதல் பாகம் இங்கே தான் தொடங்கியது. இதற்கு முன்பாக திருவனந்தபுரத்தில் சிலர் டேனியலைப் பற்றி பேச

நெய்யாற்றின் கரைக்கு அருகிலுள்ள பனச்சமூட்டில் தனக்கு பரம்பரை சொத்தாக கிடைத்த 108 ஏக்கர் நிலத்தை முப்பதாயிரம் ரூபாய்க்கு விற்பனை செய்தார். சுந்தரம் தனக்குரிய பங்கினை தருவதற்கு மேலும் இரண்டு மாத காலம் ஆகும் என்று கூறியதால், கூடுதலாக கடன் வாங்கிய தொகையுடன் டேனியல் மும்பைக்கு வண்டி ஏறினார். அங்கிருந்து ஸ்டுடியோவுக்கு தேவையான சாதனங்களை வாங்கி வந்தார்.

இதற்கிடையில் சுந்தரம் தனக்கு இந்த திட்டத்தில் விருப்பம் இல்லை என்று கூறி பின்வாங்கிவிட்டார். ஆனால் தனது நோக்கத்திலிருந்து பின்வாங்க விரும்பாத டேனியல், தனக்குச் சொந்தமான சொத்துக்கள் சிலவற்றை விற்று கூடுதலாக நாற்பதாயிரம் ரூபாய் முதலீடு செய்தார். அந்த பணத்தை கொண்டு கல்கத்தா பயணமானார். அங்கிருந்து கேமரா உள்ளிட்ட சாதனங்களை வாங்கி வந்தார்.

அகஸ்தீஸ்வரத்திலிருந்த பூர்வீக சொத்தை விற்று திருவனந்தபுரம் நகரத்தின் வடக்கே பட்டத்தில் இரண்டு ஏக்கர் நிலத்தை வாங்கினார். இப்போதும் படம் தயாரிப்பதற்கான தொகை போதுமானதாக இல்லை. உறவினர்களிடமும், நண்பர்களிடமும் இருந்து பணமும் ஆபரணங்களையும் கடன் வாங்கி படத் தயாரிப்பிற்கான மூலதனத்தை திரட்டினார்.

பட்டத்தைச் சேர்ந்த வழக்கறிஞர் நாகப்பன் நாயருடைய வீடான சாரதா விலாஸ் மற்றும் அதை சுற்றியிருந்த இரண்டு ஏக்கருக்கும் அதிகமான இடத்தை வாடகைக்கு எடுத்தார். இந்த இடம் அவர் ஏற்கனவே விலைக்கு வாங்கியிருந்த இடத்திற்கு அருகிலிருந்த இடமாகும். 1928 ஆம் ஆண்டு அந்த இடத்தில் திருவாங்கூர் நேஷனல் பிக்சர்ஸ் என்ற பெயரில் ஸ்டுடியோ தொடங்கப்பட்டது. தனது படத்தில் வித்தியாசமான அம்சங்கள் இடம் பெற வேண்டும் என்பதற்காக மிகப்பெரிய விலை கொடுத்து ஆப்பிரிக்க குதிரை ஒன்றையும் வாங்கியிருந்தார். சாரதா விலாசிற்கு பின்புறம் உள்ள தனக்கு சொந்தமான இடத்தில் இரு அறைகள் உள்ள ஒரு சிறிய வீட்டையும் கட்டினார். இதுவும், சாரதா விலாசும் சேர்ந்ததுதான் கேரளத்தின் முதல் ஸ்டுடியோவாக இருந்தது.

கேட்டிருக்கிறேன். திருவனந்தபுரத்திலிலுள்ள லெக்ஸிக்கன் நூலகத்திற்கு* சென்ற போதுதான் முதன் முதலாக டேனியலைப் பற்றி கேள்விப்பட்டேன்.

எனது முன்னோர்களின் குடும்பத்துடன் தொடர்புடைய ஒரு செப்பு பட்டையத்தைப் பற்றிய தகவல்களைத் தேடிதான் நான் அந்த நூலகத்திற்கு சென்று வந்தேன். அப்போது அங்கிருந்த மூத்த ஊழியர்கள் சிலர் பழைய சரித்திர விபரங்களை உரையாடுவர். 1960ஆம் ஆண்டுகளின் தொடக்கத்தில்தான் இது நடந்தது. அரச ஆட்சி காலத்தில் நியமிக்கப்பட்ட சில அதிகாரிகள் அங்கே பணியாற்றிக் கொண்டிருந்தனர். அவர்களிடமிருந்து பெறும் பல்வேறு தகவல்களை நான் 'மலையாளி' பத்திரிகையில் கட்டுரைகளாக எழுதி வந்தேன்.

இப்படியாக ஒருநாள் சினிமாவைப் பற்றிய உரையாடல் எழுந்தபோது அவர்கள் கேப்பிட்டல் தியேட்டரைப் பற்றி பேச தொடங்கினர். அவர்கள் விகதகுமாரன் படத்தை பார்த்தவர்கள் ஆவர். இவ்வாறு தான் எனக்கு டேனியலைப் பற்றிய முதல் தகவல் கிடைத்தது. அன்று முதல் எனது தேடல் தொடங்கியது.

தேடுதலின் தொடக்கமாக நான் நாகப்பன் நாயரைச் சென்று பார்த்தேன். இறுதியாக துயரத்தின் நிழலில் ஆழ்ந்திருந்த ஜே.சி. டேனியலை அகஸ்தீஸ்வரத்தில் கண்டுபிடித்தலில் போய் நின்றது. லெக்ஸிக்கன் அதிகாரிகள் சொன்ன தகவல்களையும், நாகப்பன் நாயர் சொன்ன விபரங்களையும் கொண்டு மலையாளி பத்திரிகையில் டேனியலைப்பற்றிய முதல் கட்டுரையை எழுதினேன். அது ஒரு சர்ச்சையை கிளப்ப தவறவில்லை.

◻

---

*லெக்சிக்கன் : பழங்கால ஓலைச்சுவடிகளும் செப்பு பட்டயங்களும் சேகரித்து வைக்கப்பட்டிருந்த காப்பகம்.

ஜே.சி. டேனியல் நடுத்தர வயதில்

ஜே.சி.டேனியல் சினிமா தயாரித்த சாரதா விலாஸ் கட்டிடம், திருவனந்தபுரம்

விகதகுமாரன் படத்தில் குழந்தை நட்சத்திரமாக நடித்த சுந்தரம் டேனியல் (ஜே.சி.டேனியலின் மகன்)

இளம் வயதில் ஜே.சி.டேனியல்

4. படப்பதிவு

விகதகுமாரன் என்பது மலையாள பெயராக இருந்தாலும், தி லாஸ்ட் சைல்ட் (The Lost Child) என்று ஆங்கிலத்தில்தான் தனது படத்திற்கு டேனியல் ஆவணங்களிலும், விளம்பரங்களிலும் பெயர் கொடுத்திருந்தார். தனது சினிமா வியாபாரத்திற்காக திருவிதாங்கூர் சமஸ்தானத்திற்கு வெளியே உள்ளவர்களிடம் தொடர்பு கொள்ளவே ஆங்கில பெயரை சூட்டியிருக்கிறார். அன்றைக்கு மேற்கத்திய நாடுகளிலிருந்து இறக்குமதியான மௌனப் படங்கள் ஆங்கிலப் பெயர்களை கொண்டிருந்தமையால், அந்த சாயலில் ஆங்கிலப் பெயரிடுவதே நல்லது என்று சில நண்பர்கள் ஆலோசனை கூறியிருக்கின்றனர். வழக்கறிஞர் நாகப்பன் நாயரும் இதனை கூறினார்.

சினிமா தயாரிப்பு பணிகள் முடிவடைவதற்கு முன்பாக வேறு சில நண்பர்கள் கூறிய அறிவுரையை டேனியல் கவனத்தில் எடுத்துக் கொண்டார். மலையாளிகள் பார்க்க வேண்டிய சினிமாவிற்கு ஆங்கிலப் பெயர் சரியாக இருக்காது என்ற அவர்களது வாதம் டேனியலுக்கு சரியாகப்பட்டது. முதலாவதாக நஷ்டபாலியம் (நஷ்டப்பட்ட குழந்தை பருவம்) என்று பெயரிட தீர்மானித்தனர். கிட்டத்தட்ட அதே அர்த்தத்தைத் தரக் கூடிய விகதகுமாரன் என்ற பெயரை ஒருவர் குறிப்பிட்டார். அதுவும் பொருத்தமான பெயர்தான் என்று தோன்றவே, அந்தபெயரை உறுதிபடுத்தினர். இன்றுள்ளதை போல் பெயரை கட்டாயமாக பதிவு செய்ய வேண்டும் என்ற நிர்பந்தம் எல்லாம் அந்த காலத்தில் இல்லை.

விகதகுமாரன் படத்தின் கதை டேனியல் எழுதியதாகும். திரைக்கதையை தெளிவாக எழுதி வைத்துப் பின்னரே படப்பதிவினை தொடங்கினார். திருவாங்கூர் நேஷனல் பிக்சர்ஸ் அமைந்திருந்த இடத்தின் அருகாமையிலிருந்த பகுதிகள்

வெறுமையாகவே இருந்தன. அதன் தெற்கு திசையில் இருந்த பட்டம் அரண்மனையில் மட்டும் தான் ஆள் நடமாட்டம் இருந்தது.

திரைப்படத்தில் நடித்த நடிகர்கள் அனைவரும் ஸ்டுடியோவிலேயே தங்கியிருந்தனர். நடிகர்கள் தங்களுக்குரிய ஆடைகளை அவர்களே தயார் செய்து கொண்டு வரவேண்டும். அதிகாலையிலேயே நடிகர், நடிகையர் சுயமாகவே மேக்கப் இடுவார்கள். உதவியாட்கள் மலைமீது கேமராவை சுமந்து செல்வர்.

இன்றைக்கு ஒரு காட்சியை பல ஷாட்களாக படப்பதிவு செய்கின்றனர். அன்றைகககு எடிட்டிங் வசதிகள் இல்லாததால், ஒரு காட்சி முழுவதையும் ஒரே நேரத்தில் பதிவு செய்து விடுவார்கள். ஆயிரம் அடி நீளம் கொண்ட ஒரு படச்சுருளின் தொடக்கம் முதல் இறுதி வரை ஒரேயடியாக படம் பிடிப்பார்கள்.

சூட்டிங்கை பார்க்க மக்கள் கூட்டம் கூட்டமாக சாரதா விலாஸ் கட்டிடத்திற்கு வந்து போவார்கள். அதிகமாக பள்ளி மாணவ மாணவியர்தான் வந்து போவர். இந்தப் படத்தில் நடித்தவர்கள், பணியாற்றியவர்கள் அனைவரும் மலையாளிகள் என்பது குறிப்பிடத்தக்க விஷயம் ஆகும்.

படப்பிடிப்பிற்காக முதலில் ஒரு கார் வாங்க வேண்டும் என்று நினைத்திருந்ததாகவும், இறுதியில் கார் வாடகைக்கே எடுக்க முடிந்ததாகவும் டேனியல் கூறினார். திரைப்படத்தின் கதை இலங்கையிலும் நடைபெறுவதாக இருந்ததால், சினிமாவின் தனித்தன்மைக்காக இரண்டு தடவை கொழும்புக்குச் சென்று படப்பதிவு நடத்தியிருக்கிறார். இதற்காக அதிகளவு பணமும் செலவளித்திருக்கிறார். வெளிநாட்டில் படப்பதிவு செய்யப்பட்ட முதல் மலையாள சினிமா விகதகுமாரன் தான் என்பது எத்தனை பேருக்குத் தெரியும்?

□

கையினால் சுற்றி படப்பதிவு செய்யும் ஒளிப்பதிவு கருவி

5. விகதகுமாரன்

அந்த காலத்தில் திருவனந்தபுரத்தில் நடந்த ஒரு சம்பவத்தை கருவாக வைத்துதான் விகதகுமாரன் கதை உருவாக்கப்பட்டது. அவர் எழுதி வைத்திருந்த கதையின் ஒரு பகுதியடங்கிய ஒன்றிரண்டு காகிதங்களை என்னிடம் காண்பித்தார். படத்திற்கு வசனங்கள் இல்லாததால் காட்சிகள் மட்டுமே திரைக்கதையில் விவரிக்கப்பட்டிருந்தன. படத்தின் கதை இவ்வாறாக செல்கிறது.

திருவனந்தபுரத்தில் ஒரு பணக்கார குடும்பத்தில் பிறந்த சந்திரகுமார் என்ற சிறுவனை, இலங்கையில் தேயிலை தோட்ட தொழிலாளியாக பணிபுரியும் பூதநாதன் கடத்திக் கொண்டு போய் விடுகிறான். சந்திரகுமாரை காணாமல் அவனது பெற்றோர் தவிக்கின்றனர். இலங்கையில் தோட்ட தொழிலாளியாக வளரும் சந்திரகுமார், ஒரு ஆங்கிலேய தோட்ட முதலாளியிடம் ஏறபட்ட நட்பினால், தோட்ட கண்காணிப்பாளராக பதவி உயர்வு பெறுகிறான்.

இந்த காலகட்டத்தில் திருவனந்தபுரத்தைச் சேர்ந்த ஜெயசந்திரன் தனது உயர் படிப்பிற்காக இங்கிலாந்திற்கு செல்லும் வழியில், கொழும்புக்கு வருகிறான். கொழும்பில் பூதநாதனும் அவனது கூட்டாளிகளும் ஜெயசந்திரனின் உடைமைகளை கொள்ளையடித்துச் சென்று விடுகின்றனர். கொழும்பில் பணமின்றி தவிக்கும் ஜெயசந்திரன் தேயிலை தோட்டம் ஒன்றில் வேலைக்கு சேருகிறான். அந்த தோட்டத்தின் கண்காணிப்பாளரான சந்திரகுமாரும் ஜெயசந்திரனும் நெருங்கிய நண்பர்கள் ஆகி விடுகின்றனர்.

சில நாட்களுக்குப் பிறகு ஜெயசந்திரன் திருவனந்தபுரத்திற்கு சந்திரகுமாரை அழைத்து வருகிறான். அப்போது பூதநாதனும், கூட்டாளிகளும் திருவனந்தபுரத்திற்கு வருகின்றனர். ஜெயசந்திரனின் காதலி சரோஜினியை பூதநாதன் கும்பல் கடத்த முயற்சிக்கிறது. அப்போது நண்பர்கள் இருவரும் கடத்தல் கும்பலுடன் சண்டையிட்டு துரத்தி விடுகின்றனர்.

சந்திரகுமாரின் உடலில் இருக்கும் அடையாளம் ஒன்றை காணும் சரோஜினி, சிறுவயதில் காணாமல் போன தனது சகோதரன் தான் சந்திரகுமார் என்பதை தெரிந்து கொள்கிறாள். தனது தாய் தந்தையருக்கு தகவல் தெரிவிக்கவே, தாயும் தகப்பனும் சந்திரகுமாரை அழைத்து செல்வதோடு கதை முடிகிறது.

இன்றைக்கு மலையாள சினிமா அறிவியலின் துணையுடன் மிகவும் முன்னேற்றமடைந்திருந்தாலும், விகதகுமாரன் கதையின் சாயலை ஒட்டிதான் பெரும்பாலான படங்கள் இன்றைக்கும் வந்து கொண்டிருக்கின்றன.

களரி பயிற்சி முறைகளை அடிப்படையாக கொண்டு தான் சண்டைக் காட்சிகளை வடிவமைத்திருந்தார் டேனியல். அவை யதார்த்தமான சண்டை காட்சிகளாக இருந்தன. ஆனால் இன்றைய கதாநாயகர்களோ பார்வை யாளர்கள் வெட்கப்படு மளவிற்கு அமானுச சக்தி படைத்தவர்கள் போல் சண்டை போட்டுக் கொண்டிருக் கிறார்கள். மனித வாழ்க்கையில் நடக்கவே சாத்தியமில்லாத காட்சிகள் நிறைந்த சினிமாக்களை தான் இன்றைக்கு பார்த்துக் கொண்டிருக்கிறோம்.

அந்த காலத்தில் சினிமாவை குறித்து டேனியலுக்கு விரல்விட்டு எண்ணக்கூடிய ஒன்றிரண்டு ஆங்கில புத்தகங்கள் மட்டுமே கிடைத்தன. இந்த புத்தகங்களை படித்துவிட்டு தான் டேனியல் திரைப்பட தயாரிப்பில் இறங்கினார்.

பெண்கள் சினிமா பார்ப்பது பாவம், ஏன் ஒரு துண்டு பிரசுரம் படிப்பதைக் கூட தவறாக கருதிய காலகட்டத்தில்தான் டேனியல் சினிமா எடுத்துக் கொண்டிருந்தார். சமூகத்தின் கட்டுப்பாடுகள் காரணமாக சினிமா பார்க்கப் போகும் பெண்களுக்கு தண்டனைகள் காத்திருந்தன. தனது சினிமாவில்

நடிக்க வைப்பதற்காக ஒரு நடிகையை தேடி டேனியல் பட்ட கஷ்டங்கள், அந்த கால சமூகத்தின் மனநிலையை நமக்கு புரிய வைக்கிறது.

இந்த படத்தில் கதாநாயகியாக நடித்த பி.கே.ரோசிக்கு நேர்ந்த சம்பவங்கள் மிகவும் துயரமானவை. திருவனந்தபுரம் சால பகுதியைச் சேர்ந்த கமலம் கடுமையான எதிர்ப்பையும் மீறி இந்த படத்தில் துணை நடிகையாக நடித்தார். இந்த இரு நடிகைகளுக்கும் சமூகத்தில் மிகப்பெரிய கும்பாபிஷேக விழாவே நடத்தப்பட்டது. அவமானகரமான வாழ்க்கையை இருவரும் வாழ நேரிட்டதாக டேனியல் என்னிடம் வெளிப்படுத்தினார்.

வில்லன் பூதநாதன் பாத்திரத்தில் நடித்தவர் திருவனந்தபுரத்தைச் சேர்ந்த ஜான்சன். இவரை லாலி என்று தான் கூப்பிடுவர். மலையாள சினிமாவின் முதல் வில்லன் நடிகரான ஜான்சனின் மகள்தான் பின்பு பிரபல நடிகையாக அறியப்பட்ட B.S.சரோஜா ஆவார். ஜெயச்சந்திரன் கதாபாத்திரத்தில் நடித்தவர் நமது கதாநாயகன் டேனியலே தான்.

படத்தின் கதாநாயகியாக நடிக்க பம்பாயைச் சேர்ந்த மிஸ் லானா என்ற ஆங்கிலோ இந்தியன் பெண்மணியை டேனியல் தேர்வு செய்திருந்தார். ஆனால் கடைசி நேரத்தில் அவள் காலை வாரி விட்டாள். இந்த பெண்ணை நடிக்க வைக்க எடுத்த முடிவு, டேனியலை பொருளாதார ரீதியாக மிகவும் நஷ்டப்பட வைத்தது. அந்த துயர கதையை இனி காணலாம். ◼

விகத குமாரன் பட விளம்பரத்திற்கான கையேடு

WILL BE RELEASED SHORTLY

A picture depicting the glorious scenes of the enchanting land, the Garden of India. A Gripping tale that will twist your hearts.

THE WRATH OF VENGEANCE

For Booking apply to:—

The Travancore National Pictures
Trivandrum, S. India.

PRINTED AT THE POPULAR PRESS, TRIVANDRUM.

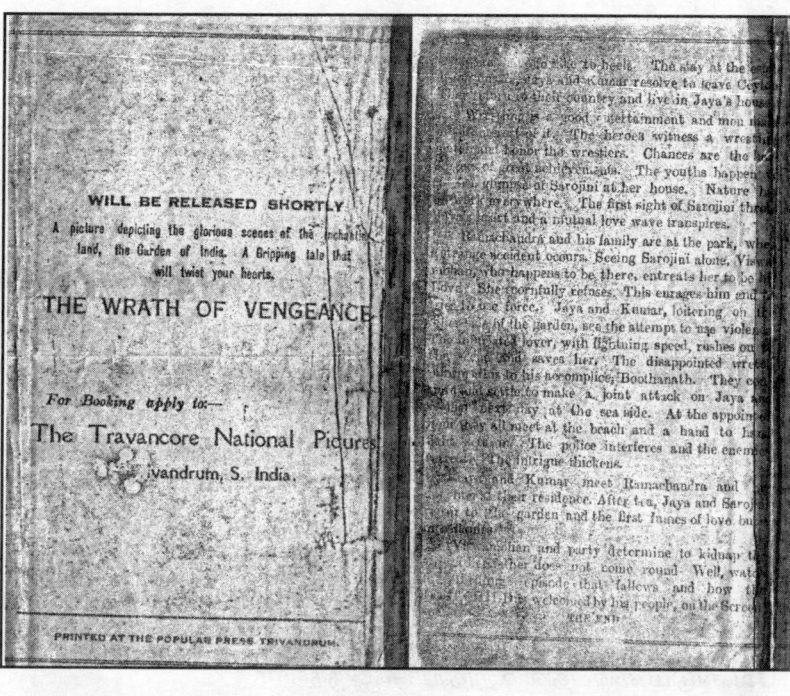

Jayachandra, a wealthy youth, prepares for his foreign travel for higher studies. Man proposes and God disposes. On his way he gains the acquaintance of Boothanath, who leads him to an Inn at Colombo. The treacherous man Bootha robs him of his money and bag. The hotel man, his accomplice, asks Jaya to quit the hotel immediately. Jaya is in a bad predicament now. At this juncture a wanted column in a newspaper inviting employees attracts his attention. He hurries to the estate, gets himself acquainted with the manager and enters the service there. In his endeavour to find a suitable house, he comes across a cycle accident and he encounters Chandrakumar, now Superintendent of the estate and they thereupon propose to live together.

Vasanthasen and his son Viswamohan, though rich and educated, lead a corrupted life. Their home is the resort of the nefarious Boothanath. Bootha was a pal in Veerabadra. Viswamohan in an evening stroll with Bootha, happens to see Sarojini and Hemavathi playing at Veena. Enraptured at the beauty of Sarojini, Boothanath proposes her to Viswamohan, and induces Vasanthasen to go and ask for her. He did so but in vain. Knowing this Hemavathy warns Sorojini by relating the black pages of his history.

Jaya and Kumar are on their way to their club as usual, when they see a Kankani attacking a poor boy, who is employed under Kumar. He interferes and the affray grows intense, Jaya rushes to help his friend and a terrible fight ensues. The struggle ends in favour of Chandrakumar, but the fatal condition of the enemies compel them to flee the place to avoid further troubles. The respondent's estate is a shelter to the lodgings of an Anglo-Indian friend, a few miles off. Veerabadra, Bootha's party decide to track him. As the villains steal into the room, where they and others were asleep and a frightful fight ensues. After long fights in fury, the Kankani and

6. மிஸ். லானா

சினிமாவை சமூகத் தீமையாக கருதும் மலையாளிகளின் மனநிலை மாறாத வரைக்கும், இந்த நாட்டிலிருந்து ஒரு பெண்ணும் சினிமாவில் நடிக்க வரமாட்டாள் என்பதை டேனியல் புரிந்து கொண்டார். நாடகங்களில் செய்வது போன்று ஆண் நடிகரை பெண் வேடமிட்டு நடிக்க வைத்தால் என்ன என்று உடனிருந்தவர்கள் கூறியிருக்கின்றனர். ஆனால் காட்சி அமைப்புகள் யதார்த்தமாக இருக்க வேண்டும் என்று விரும்பிய டேனியல், பெண் கதாபாத்திரத்திற்கு பெண் தான் நடிக்க வேண்டும் என்பதில் உறுதியாக இருந்தார்.

சினிமாவில் கதாநாயகியாக நடிக்க நடிகை தேவை என்று சில மலையாள செய்திதாள்களில் விளம்பரம் கொடுத்தார். அதற்கு எந்த பதிலும் வரவில்லை. அடுத்ததாக மெட்ராஸ், பாம்பே ஆகிய இடங்களிலிருந்து அச்சிட்டு வெளியாகும் ஆங்கில செய்தித்தாள்களில் விளம்பரம் கொடுத்தார். இதன் விளைவாக பம்பாயைச் சேர்ந்த மிஸ் லானா என்ற ஆங்கிலோ இந்தியன் பெண் தனது புகைப்படத்துடன் சம்மதம் தெரிவித்து கடிதம் அனுப்பியிருந்தாள். பம்பாய்க்கு வந்து நேரில் தன்னுடன் மேற்படி விஷயங்களை பேசலாம் என்று அவள் கடிதத்தில் கூறியிருந்தாள்.

மிஸ் லானாவுடன் பேசுவதற்காக டேனியல் பம்பாய்க்கு பயணமானார். அங்கு சென்றபோது மிஸ். லானாவின் ஆடம்பரமான வாழ்க்கையை புரிந்து கொண்டார். அன்றைய ஆங்கிலேய அரசின் உயர் அதிகாரிகள் சிலர் தனது உறவினர்கள் என்று அவள் கூறியிருக்கிறாள். பத்தாயிரம் ரூபாய் சம்பளம் தந்தால்தான் நடிக்க முடியும் என்று கூறியிருக்கிறாள். இத்தொகை மிக அதிகம் என்றும், அதை குறைக்க வேண்டும்

என்றும் டேனியல் மன்றாடி பார்த்திருக்கிறார். ரொம்ப நேரம் பேசியும் அவள் வழிக்கு வராததைப் பார்த்து இறுதியில் பத்தாயிரம் ரூபாய் தரலாமென்று சம்மதித்திருக்கிறார்.

முன்பணமாக ஐந்தாயிரம் ரூபாய் தர வேண்டும் என்று அவள் நிபந்தனை விதிக்கவே, அங்கேயே அந்த தொகையை கொடுத்திருக்கிறார். அடுத்ததாக ரயில் வண்டியில் முதல் வகுப்பு பயணச் சீட்டு வேண்டுமென கேட்டிருக்கிறாள். அதற்கும் சம்மதித்திருக்கிறார். உடனடியாக வந்தது அடுத்த நிபந்தனை. தன்னுடன் அம்மாவும், ஆயாவும் வருவார்கள், அவர்களுக்கும் முதல் வகுப்பு பயணச்சீட்டு வேண்டுமென கேட்டிருக்கிறார். அதற்கும் சம்மதித்தார். அனைத்திற்கும் உடன்பட்டு பயணம் தொடங்கிய போது, ரயில் நிலையத்தில் தனக்கு நான்கு கூடை பழங்கள் வேண்டுமென கேட்டிருக்கிறாள் மிஸ் லானா. உடனடியாகச் சென்று நான்கு கூடை பழங்கள் வாங்கி வந்து லானாவின் இருக்கைக்கு அருகில் வைத்தார். பின்னர் அதே ரயில் வண்டியில் மூன்றாம் வகுப்பு பெட்டியில் டேனியல் ஏறிக் கொண்டார்.

அனைவரும் திருவனந்தபுரம் பேட்டை ரயில் நிலையத்தில் வந்து இறங்கினர். அன்று பேட்டை வரைதான் ரயில் வரும். ரெயிலிலிருந்து இறங்கிய மிஸ் லானா பரிவாரத்தை அவர்களுக்காக ஏற்பாடு செய்திருந்த தங்குமிடத்திற்கு அழைத்து செல்வதற்காக ஒரு குதிரை வண்டியை டேனியல் பிடித்து வந்தார். குதிரை வண்டியில் பயணம் செய்ய மாட்டேன் என்றும் மோட்டார் காரில்தான் வருவேன் என்றும் அடம் பிடித்தாள் மிஸ் லானா. டேனியல் எவ்வளவோ பணிந்து மன்றாடிப் பார்த்தும் லானா குதிரை வண்டியில் ஏற உடன்படவில்லை.

லானா கும்பலை ரயில் நிலைய காத்திருப்பு அறையில் இருக்க வைத்து விட்டு, கார் கொண்டு வருவதற்காக டேனியல் வெளியே சென்றார். அன்றைக்கு கார் என்பது அரிதாக ஒரு சிலரிடம் மட்டுமே இருந்தது. பட்டம் பகுதியைச் சேர்ந்த தனவான் சலீம் ஷேட் என்பரிடம் சென்று மன்றாடி, அவரது காரை வாடகைக்கு எடுத்து வந்தார். அந்த காரில் அந்த மூன்று பெண்களையும் வசிப்பிடத்திற்கு அழைத்துச் சென்றார்.

வழுதக்காட்டிலுள்ள ஒரு வீட்டை தான் டேனியல் நாயகிக்கு ஏற்பாடு செய்திருந்தார். அங்கே வந்து சேர்ந்ததும், தனக்கு இந்த வீடு பிடிக்கவில்லை என்றும் இங்கு தங்க மாட்டேன் என்றும் பிரச்சினையை கிளப்பினாள் மிஸ் லானா. மறுநாள் வேறு ஒரு நல்ல வீட்டை ஏற்பாடு செய்வதாக சமாதானம் கூறி டேனியல் அங்கிருந்து கிளம்பினார்.

மறுநாள் காலை லானாவை பார்க்கச் சென்ற போது, அவள் தனது பெட்டிகளுடன் அங்கிருந்து கிளம்ப தயாராகிக் கொண்டிருந்தாள். தனக்கு இந்த ஊர் பிடிக்கவில்லை என்றும், தாங்கள் பம்பாய் செல்வதற்கு ஏற்பாடு செய்யும் படியும் அடம் பிடித்தாள். நிலைகுலைந்து போனார் டேனியல். அவர் எவ்வளவோ தாழ்ந்து கேட்டுப்பார்த்தார். அவள் சம்மதிக்கவில்லை. வேறு வழியில்லாமல் அவர்கள் மூவரையும் பம்பாய்க்கு ரயிலேற்றி விட்டார் டேனியல். அவள் வாங்கியிருந்த ஐந்தாயிரம் ரூபாய் முன்பணத்தை திரும்பத் தரவுமில்லை. லானாவுக்கு அதிகமாக பணம் செலவு செய்தும், பலன் ஏதும் கிடைக்காததால் அவர் மிகுந்த மனச்சோர்வுக்கு உள்ளானார். பின்புதான் லானாவை பற்றிய ஒரு உண்மை டேனியலுக்கு தெரிய வந்தது. லானாவும் அவளது தாயாரும் பம்பாயில் ஆங்கிலேய உயர் அதிகாரிகளுக்கான விபச்சாரிகள் என்பதே அது.

7. பி.கே. ரோசி

நடிகை கிடைக்காமல் இக்கட்டான நிலைமையில் இருந்த டேனியலுக்கு ஒரு நடிகை கிடைக்க உதவியவர், வில்லனாக நடித்த ஜான்சன் தான். படத்தில் நடிக்க வைக்க ரோசி என்ற பெண்ணின் குடும்பத்தார் சம்மதித்திருப்பதாகவும், தைக்காடு மருத்துவமனைக்கு கிழக்கு பக்கம் அவளது குடும்பத்தினர் வசிப்பதாகவும் ஜான்சன் டேனியலிடம் கூறியிருக்கிறார். அன்றைக்கே இருவரும் ரோசியைத் தேடி அவளுடைய வீட்டிற்குச் சென்றனர்.

படத்தில் நடிக்க முதலில் அவள் சம்மதிக்கவில்லை. ஐந்நூறு ரூபாய் சம்பளம் தரலாம் என்று கூறியும், அவள் ஒருவித தயக்கத்துடனேயே இருந்தாள். வீட்டிலுள்ள கஷ்டமான சூழ்நிலையில் அவளது பெற்றோர் நிர்பந்திக்கவே, ரோசியின் திரை வாழ்க்கை தொடங்கியது. கத்தோலிக்க கிறிஸ்தவத்தை தழுவியிருந்த ஒரு தலித் குடும்பத்தைச் சேர்ந்தவள் ரோசி.

ஒரு கூலி வேலைக்காரியைப் போல தினமும் படப்பதிவுக்குச் சென்று வந்தாள் ரோசி. மதிய உணவுக்காக வீட்டிலிருந்து ஒரு பாத்திரத்தில் சோறு கொண்டு வந்தாள். நடிப்பில் எந்தவித முன்னனுபவமும் இல்லாத அவள் டேனியல் என்ன கூறுகிறாரோ, அதற்கேற்றவாறு நடித்து கொடுத்தாள்.

இந்த சினிமாவில் நடித்ததற்காக ரோசி தனது ஊரை விட்டே துரத்தியடிக்கப்பட்டாள். விகதகுமாரன் திரையிடப் பட்ட அன்றைக்கே, ரோசி தங்களது ஊர்காரிதான் என்பதை தெரிந்து கொண்ட பார்வையாளர்களால் அதனை ஜீரணிக்க முடியவில்லை. சினிமாவில் நடிக்க அவள் காட்டிய தைரியத்தை ஆமோதிக்க தயாராகாத பார்வையாளர்கள், ரோசி திரையில் தோன்றும் போதெல்லாம் கூச்சலிடத் தொடங்கினர்.

இரண்டு நாட்கள் ஊளையிடுவதும், கெட்ட வார்த்தைகளால் திட்டுவதுமாக காட்சிகள் நகர்ந்து கொண்டிருந்தன. மூன்றாவது நாள் ஆவேசம் கொண்ட கும்பல் ஒன்று திரையை நோக்கி கற்களை வீசியது. திரை கிழிந்ததால் காட்சி நிறுத்தப்பட்டது. புரொஜக்டர் அறையிலிருந்த டேனியலுக்கு எதிராக ஆவேசம் திரும்பலாம் என பயந்த திரையரங்க ஊழியர்கள் டேனியலை பக்கத்திலிருந்த ஒரு வீட்டில் ஒளிந்திருக்கச் செய்தனர். இந்த சம்பவத்தோடு திருவனந்தபுரத்தில் காட்சிகள் முடிவடைந்தன.

ஆனால் ரோசியின் சங்கடங்கள் முடியவில்லை. திருவனந்தபுரத்திலுள்ள சில ரௌடிகள் ரோசியின் வீட்டை வளைத்து தீவைக்க முயற்சித்தனர். சம்பவ இடத்திற்கு போலீசார் வந்து குண்டர்களை துரத்தி விட்டனர். குண்டர்கள் வீட்டை நோக்கி கற்களை எறிந்தனர். வெளியே எங்கேயாவது உன்னைப் பார்த்தால் கொன்று விடுவோம் என்று மிரட்டிச் சென்றனர்.

சில நாட்களுக்கு பின்னர், ஒரு நாள் தனது தாயாருடன் ரோசி சால பகுதியிலுள்ள சந்தைக்குச் சென்றாள். சந்தை யிலிருந்து திரும்பி வரும்போது, சில ஊதாரிகள் அவளை பின் தொடர்ந்து கெட்ட வார்த்தைகளால் அர்ச்சிக்கத் தொடங்கினர். ஒருவன் ரோசியின் சேலையை உருவ முயற்சித்திருக்கிறான். மற்றொருவன் அவளை நோக்கி காறி துப்பியிருக்கிறான். அந்த கும்பலிடமிருந்து ஒருவழியாக தப்பிய தாயும், மகளும் ஒரு வீட்டில் அபயம் புகுந்திருக்கின்றனர். திருவனந்தபுரத்தைச் சேர்ந்த சில அரசு உயர் அதிரிகளின் பின்துணையும் இந்த ரௌடிகளுக்கு இருந்தது.

நாட்கள் பல கடந்தாலும் ரோசியின் துயரம் முடியவில்லை. ரோசிக்கு திருமணம் நடத்த அவளது பெற்றோர் எடுத்த முயற்சிகள் தோல்வியில் முடிந்தன. அவளை பெண் பார்க்க வந்த மூன்று ஆண்கள், பின்னர் எந்த பதிலும் சொல்லவில்லை. சினிமாவில் நடிக்க தைரியம் காட்டிய அவள் எங்களுக்கு வேண்டாம் என்பதே அவர்களது கருத்தாக இருந்தது. அனைத்து விதத்திலும் சமூகத்திலிருந்து விலக்கப்பட்ட குடும்பமாக அவர்கள் மாறிப் போனார்கள். இரண்டரை ஆண்டு காலம் வீட்டிலிருந்து வெளியே வர முடியாமல் தவித்த அந்த

பெண். இறுதியில் ஒரு லாரி டிரைவருடன் ஊரை விட்டு ஓடிப் போய்விட்டாள்.

மலையாள திரையுலகின் முதல் கதாநாயகிக்கு நேர்ந்த சம்பவங்களை கேள்விப்பட்ட பிறகு, ரோசியை குறித்து ஒரு தேடுதலை நான் தொடங்கினேன். தைக்காடு மருத்துவமனைக்கு கிழக்குப் பக்கம்தான் ரோசியின் வீடு இருந்தது என்று டேனியல் என்னிடம் கூறியிருந்தார். அவர் சொன்ன விபரங்களை வைத்து தைக்காடு மருத்துவமனையின் கிழக்கு பக்கமாகச் சென்றேன். ஆனால் டேனியல் சொன்ன இட அமைப்புகள் அனைத்தும் மாறியிருந்தன. அதிகமான கடைகளும், வீடுகளும் புதிய தெருக்களும் அங்கே உருவாகியிருந்தன.

யாரிடமிருந்து விசாரணையை தொடங்குவது என்ற தயக்கமும் இருந்தது. அறுபது வயதை தாண்டிய சிலரிடம் பேச்சு கொடுத்தேன். அவர்களில் அனேகம் பேர்அங்கே புதிதாக குடியேறி வந்தவர்கள். ரோசி வாழ்ந்த காலத்தைச் சேர்ந்த ஒரு நபரை கண்டுபிடித்தேன். ரோசியின் பெயரைக் கேட்டவுடன் அந்த நபரின் முகம் மாறியது. ரோசியின் மீதான வெறுப்பு இப்போதும் உள்ளதை புரிந்து கொண்டேன். ரோசியின் வீடு இருந்த இடத்தை அவர் காட்டித் தந்தபோது, அந்த பக்கமாக நடந்து சென்றேன். அங்கே நின்று கொண்டிருந்த வயோதிகரிடம் கேட்டேன். ரோசியின் வீடு இங்கே தான் இருந்ததா?

எந்த ரோசி?

முன்பு சினிமாவில் நடித்த ரோசி!

அந்த கெட்டுப்போனவளா?

வயதானவர் அதற்கு மேல் எதுவும் சொல்லாமல் வீட்டிற்குள் சென்றார்.

அப்போது வீட்டிற்குள்ளிருந்து மூதாட்டி ஒருவர் வெளியே வந்தார். வாயில் வெற்றிலையை மென்று கொண்டிருந்தார்.

பழைய சினிமாவில் நடித்த ரோசியைப் பற்றி தெரிந்து கொள்ள வந்தேன்.

அவர் வெற்றிலைச் சாற்றை தூ என்று நீட்டி துப்பிவிட்டு ஒருவித வெறுப்புடன்

நீங்க யார்?

நான் பத்திரிகைக்காரன்

எந்த பேப்பர் போடுற?

நான் பேப்பர் ஏஜெண்ட்டில்லை. பேப்பரில் எழுதுபவன்.

அந்த கெட்டுப்போனவளைப் பற்றி என்ன எழுதப்போற?

முதல் சினிமா நடிகை. அதிகமான துயரத்திற்கு ஆளானவள் என்று கேள்விப் பட்டேன். அதைப்பற்றி தெரிஞ்சிக்கலாம்னு வந்தேன்.

அவளால அந்த குடும்பமே நாசமா போச்சு

இப்போ அவங்கெல்லாம் எங்கயிருக்காங்க?

உயிருக்குப் பயந்து இருந்ததையெல்லாம் விற்று விட்டு ஊரை விட்டு போயிட்டாங்க.

இப்போ எங்கயிருக்காங்கனு தெரியுமா?

தெரியாது. அவள் ஒரு டிரைவருடன் ஓடிப்போனாள். அவன் ஒரு தமிழன். திருச்சியில் இருக்கிறதா சொல்லிக்கிட்டாங்க. செத்தாளோ, இருக்காளோ, நீ போய் தேடு.

குடும்பத்துல மற்ற ஆட்கள்?

செத்து போயிருப்பாங்க. அந்த கெட்டுப் போனவளோட விபரத்தை அறிஞ்சு உனக்கு என்ன கிடைக்கப் போகுது?

கோபத்தில் அந்த மூதாட்டி வீட்டிற்குள் சென்றார். மறக்க முடியாத அனுபவமாக இருந்தது அது. மலையாள சினிமாவின் முதல் கதாநாயகியை அவர்கள் அந்த அளவிற்கு வெறுத்திருந்தார்கள்.

□

விகத குமாரன் படத்தில் கதாநாயகியாக நடித்த பி.கே.ரோசி

விகத குமாரன் படம் திரையிடப்பட்ட கேபிட்டல் திரையரங்கம்,
திருவனந்தபுரம்

8. திரையில் விகதகுமாரன்

டேனியல் திரைப்படத் தயாரிப்பில் கால் பதித்து இரண்டு ஆண்டுகளுக்குப் பிறகுதான் விகதகுமாரன் வெளியானது. 1930ஆம் ஆண்டு அக்டோபர் மாதம் படத்தை ரிலீஸ் செய்ய தீர்மானித்திருந்தனர். இந்த தகவலை சிறு பிரசுரங்களாக அச்சடித்து விநியோகித்தனர். அன்றைக்கிருந்த செய்திதாள்களில் விளம்பரமும் கொடுத்தனர். எனினும் சில நாட்கள் கழித்துதான் முதற்காட்சி திரையிடப்பட்டது.

இன்றைக்கு அக்கவுண்ட் ஜெனரல் அலுவலகத்திற்கு எதிரில், மரைக்கார் மோட்டார்ஸ் அமைந்திருக்கும் இடத்தில்தான் காப்பிட்டல் தியேட்டர்* இயங்கி வந்தது. அன்றைய பிரபல கிரிமினல் வழக்கறிஞர் மள்ளூர் கோவிந்தபிள்ளை படத்தின் முதற்காட்சியை தொடங்கி வைத்தார். தினமும் பிற்பகல் இரண்டு காட்சிகளுக்கு ஏற்பாடு செய்யப்பட்டிருந்தது. ஆனால் முதல் நாள் மட்டுமே இரண்டு காட்சிகள் திரையிட முடிந்தது. ரோசி மீதான எதிர்ப்பு காரணமாக தினமும் ஒரு காட்சி மட்டுமே திரையிட முடிந்தது. எதிர்பபு வலுக்கவே தொடர்ந்து திரையிட முடியாத நிலை ஏற்பட்டது. நான்கு நாட்களில் மலையாளத்தின் முதல் சினிமாவின் காட்சிகள் அனந்தபுரியில் நிறுத்தப்பட்டன. எதிர்ப்பு காரணமாக படத்தை தொடர்ந்து திரையிட தியேட்டர் ஆட்கள் பயந்தனர். வெண் திரையை கிழித்த பார்வையாளர்கள்

*காப்பிட்டல் தியேட்டர் இயங்கிய இடத்தில் தற்போது காப்பிட்டல் டவர்ஸ் என்ற பெயரில் ஒரு வணிகவளாகம் இயங்கி வருகிறது.

தங்களையும் தாக்கலாம் என தியேட்டர் ஊழியர்கள் பயந்தனர். சினிமாவின் மேல் எந்த வெறுப்புமில்லை. ரோசியிடம் மட்டுமே வெறுப்பு.

நாகர்கோவில், கொல்லம், ஆலப்புழா, திருச்சூர், தலச்சேரி போன்ற இடங்களிலெல்லாம் விகதகுமாரன் திரையிடப்பட்டது. ஆனால் செலவான பணத்தில் பாதிகூட வரவாகவில்லை. டேனியலின் கடன் சுமை கூடியது. கடன் கொடுத்தவர்களின் தொந்தரவுக்கு உள்ளானார். தனது ஸ்டுடியோவை கிடைத்த விலைக்கு விற்றார். அப்படியும் கடனை அடைக்க முடியாமல் போனதால் தனது மனைவியின் சொத்துக்கள் சிலவற்றை விற்று கடனை தீர்த்தார். இவ்வாறு மலையாள சினிமாவின் ஆரம்பமே கண்ணீரில் நனைந்தது.

டேனியல் சினிமா எடுத்த காலம் மௌனப் படங்களின் இறுதி காலகட்டமாகும். இந்தியாவில் பேசும் படங்கள் தயாரிக்கப்படுவதற்கு சற்று முந்தைய காலத்தில்தான் விகதகுமாரன் வெளியானது. ஆங்கில பேசும் படங்கள் நமது திரையரங்குகளை ஆக்கிரமித்து கொண்டிருந்த நேரத்தில் டேனியலின் விகதகுமாரன் பார்வையாளர்களால் அதிகம் கவரப்படவில்லை. டேனியலின் வீழ்ச்சிக்கு இதுவும் ஒரு காரணமாக இருந்தது.

◻

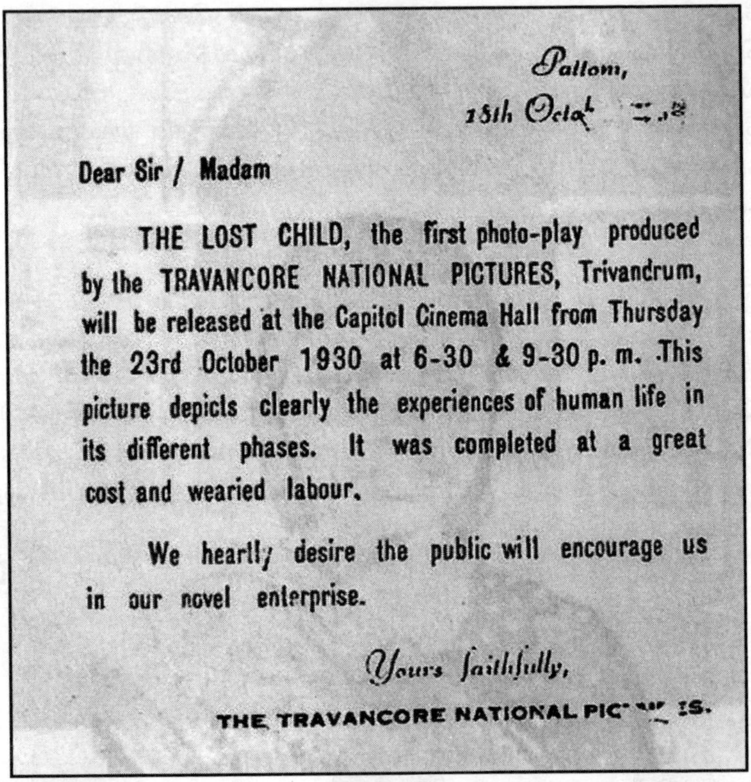

Pattom,
15th Octr

Dear Sir / Madam

THE LOST CHILD, the first photo-play produced by the TRAVANCORE NATIONAL PICTURES, Trivandrum, will be released at the Capitol Cinema Hall from Thursday the 23rd October 1930 at 6-30 & 9-30 p. m. This picture depicts clearly the experiences of human life in its different phases. It was completed at a great cost and wearied labour.

We heartly desire the public will encourage us in our novel enterprise.

Yours faithfully,

THE TRAVANCORE NATIONAL PIC[illegible]S.

விகத குமாரன் பட விளம்பரம்

விகதகுமாரன் படத்தின் ஒரு காட்சி

9. பல் மருத்துவர்

சினிமா வாழ்க்கையில் டேனியல் சந்தித்த நஷ்டம் சிறியதல்ல. சிறிது காலத்திற்கு அந்த மனவேதனை அவரை வேட்டையாடிக் கொண்டிருந்தது. தனது சினிமா கனவு நனவான போது, அவரை பீடித்த துயரம் வாழ்க்கை முழுவதும் அவரை வேட்டையாடியது. தனது பூர்வீக சொத்துக்களை இழந்தும், கடனை அடைக்க முடியவில்லை. சொந்தபந்தங்களின் தங்க ஆபரணங்களை விற்று கடனை ஈடு செய்தார். தனது கனவு திட்டம் பாழான துயரத்திலிருந்து மீண்டு வர அவருக்கு இரண்டு வருடங்கள் தேவைப்பட்டது.

இனி வாழ்க்கையை தொடர வேண்டுமானால் வேறு வேலை ஏதாவது செய்ய வேண்டும் என்ற நிலைக்கு வந்த உடன், மருத்துவ துறையில் இறங்குவது பற்றி சிந்திக்கலானார். அவரது உறவினர்கள் பாரம்பரிய வைத்திய முறைகளில் அனுபவம் உள்ளவர்களாக இருந்ததால், இயல்பாகவே அவருக்கு அதில் நாட்டம் இருந்தது. அத்துடன் வர்ம சிகிச்சை முறைகளையும் கற்றிருந்ததால் பாரம்பரிய வைத்திய சிகிச்சை அளிப்பது குறித்த ஆலோசனையில் மூழ்கியிருந்தார்.

அந்த சமயத்தில்தான் அவரது நண்பர் ஒருவர் புதிதாக அறிமுகமாகிவரும் பல் மருத்துவ சிகிச்சை குறித்தும், எதிர்காலத்தில் அதன் தேவை அதிகரிக்க வாய்ப்புள்ளதாகவும் கூறியிருக்கிறார். டேனியலுக்கு அது சரியென்று படவே, பல் மருத்துவம் படிப்பதென்று தீர்மானத்திற்கு வந்தார்.

அந்த காலத்தில் சென்னையிலும், பம்பாயிலும் மட்டுமே பல் மருத்துவம் கற்பிக்கும் கல்லூரிகள் இருந்தன. பம்பாயிலுள்ள கல்லூரியில் சேர்ந்த டேனியல், இரண்டு வருட படிப்பிற்கு பின் எல்.டி.எஸ்.சி. என்ற பட்டத்தைப் பெற்றார். திருவிதாங்கூரில் பல் சிகிச்சை மையம் ஒன்றை திறக்கலாமா என்ற ஆலோசனையில்

இருந்தபோது, நண்பர் ஒருவர் மதுரையில் நல்ல வாய்ப்பு இருப்பதாக கூறியிருக்கிறார்.

அன்றைக்கு மதுரையில் போலீஸ் சூப்பிரண்டண்டாக இருந்த தேவசகாயம் என்பவர் டேனியலின் உறவினர் ஆவார். அவரின் ஊக்குவிப்புடன் மதுரையில் பல் சிகிச்சை மையம் தொடங்கப்பட்டது. 1935ஆம் ஆண்டு பல் மருத்துவத்தில் இறங்கிய டேனியல், மதுரையில் மனைவியையும் குழந்தைகளையும் தன்னுடனே தங்க வைத்திருந்தார். மிகக்குறுகிய காலத்தில் பல் மருத்துவ துறையில் டேனியல் பிரபலமடையத் தொடங்கினார். அதிகப்படியான நோயாளிகள் டேனியல் டாக்டரிடம் சிகிச்சைக்கு வரத் தொடங்கியதையடுத்து, வருமானத்தில் நல்ல முன்னேற்றம் ஏற்பட்டது. சொந்தமாக ஒரு கார் வாங்கிக் கொண்டார். முப்பதாவது வயதில் அனைத்தையும் இழந்த டேனியல், முப்பத்தைந்தாவது வயதில் புதிய பாதையில் பயணமானார். அவரது பிள்ளைகள் காரில்தான் பள்ளிக்குப் போனார்கள் என்பதிலிருந்து அவரது வளமான நிலையை புரிந்து கொள்ளலாம். தான் இழந்த செல்வத்தை சிறிது சிறிதாக மீட்டெடுத்தார்.

◼

ஜே.சி.டேனியல் தனது குடும்பத்தாருடன்

10. நாட்டுப்பற்று

மலையாள சினிமாவின் தந்தை என்று நம்மால் போற்றப்படும் ஜே.சி. டேனியல் ஒரு சிறந்த தேசப்பற்றாளராக இருந்தார் என்ற உண்மையையும் நாம் தெரிந்து கெள்ள வேண்டும். தனது தேசத்தின் மீதான பற்றுதல் காரணமாகவே தனது ஸ்டுடியோவிற்கு திருவாங்கூர் என்ற பெயரை சூட்டியதாக டேனியல் என்னிடம் கூறினார்.

மதுரையில் பல் மருத்துவராக இருந்தபோது, இந்திய சுதந்திரப் போராட்டத்திலும் ஈடுபாடு கொண்டிருந்தார். அன்றைக்கு தமிழ் நாட்டில் சுதந்திரப் போராட்டம் தீவிரமாக நடைபெற்ற இடங்களில் ஒன்று மதுரை. காந்திய வழியை பின்பற்றுபவர்களாலும், வேறு இயக்கத்தினராலும் போராட்டங்கள் நடைபெற்றுக் கொண்டிருந்தன. காங்கிரஸ் ஆதரவாளரான டேனியல் போராட்டக்காரர்களுக்கு தேவையான உதவிகளை செய்து வந்தார்.

தேசிய தலைவர்களது உரைகளை கேட்கச் செல்லுவதை ஒரு வழக்கமாக கொண்டிருந்தார். கதர் ஆடை பிரச்சாரத்திலும் ஈடுபட்டார். நல்ல கதராடைகளை அணிவதில் நாட்டம் கொண்டிருந்தார். டாக்டர் டேனியல் இரண்டு ராட்டிணங்களை தனது வீட்டிற்கு வாங்கி வந்து, தனது குடும்பத்தினரை நூல் நூற்பதற்கு கட்டாயப்படுத்தினார்.

காந்திஜியின் ஹிந்தி மொழி பிரச்சாரமும் அவரை கவர்ந்தது. ஹிந்தி படிப்பதை ஊக்குவிக்கும் வகையில் தனது மனைவியை ஹிந்தி படிக்க வைத்தார். ஹிந்தி பாடத்தில் மூன்று தேர்வுகளை எழுதி வெற்றி பெற்ற ஜானட், பிறருக்கு அம் மொழியை கற்றும் கொடுத்திருக்கிறார். மகளிர் மேம்பாட்டிலும் டேனியலுக்கு அக்கறை இருந்தது. அந்த காலத்தில் பெண்கள் வாகனம் ஓட்டுவதை சிந்தித்தும் பார்க்க முடியாது. தனது மனைவியை டிரைவிங் படிக்கச் செய்து, மதுரை நகரச் சாலைகளில் ஓட்டி வரச் செய்தார் டேனியல்.

காந்திய வழியை தனது வாழ்க்கையில் பின்பற்ற முனைந்த டேனியல், மது விலக்கு கொள்கைக்கு ஆதரவு அளித்து வந்தார். இளம் வயதில் அவருக்கு புகை பிடிக்கும் வழக்கம் இருந்து வந்தது. காந்தியத்தின் மீதான ஈடுபாடு காரணமாக அதனை கைவிட்டார்.

சுதந்திர போராட்டத்தின் போது காந்திய வழியிலிருந்து முற்றிலும் மாறுபட்ட தீவிர போராட்ட வழிக்கு தள்ளப்பட்ட இளைஞர்களும் மதுரையில் இருந்தனர். சிங்கத்தைப் போன்று கர்ஜிக்கும் போராட்ட வழிகளில் பிரிட்டீஷாரை இந்தியா விலிருந்து விரட்டியடிக்க புறப்பட்ட தேசப்பற்றாளர்களும் டேனியலின் நண்பர்களாக இருந்தனர். அவர்களுக்கு தேவையான உதவிகளையும் டேனியல் செய்து வந்தார். சில சமயங்களில் போலீசாரால் தேடப்படும் போராட்டக் காரர்களுக்கு தனது மருத்துவமனையில் அடைக்கலமும் கொடுத்து வந்தார். போலீசார் அவரது கிளினிக்கை நோட்டமிடுவதும், விசாரிப்பதுமாக இருந்தனர். தேவசகாயத்தின் உதவியினால் காவல் துறையினரின் தொந்தரவுகளிலிருந்து தப்பினார். சுதந்திரத்திற்கு பிறகு தேவசகாயம் தமிழ்நாட்டின் தலைநகரம் சென்னையில் காவல்துறை ஐ.ஜி.யாக பதவி வகித்திருந்தார்.

1943ஆம் ஆண்டு வரை மதுரையில் பிரபலமான பல் மருத்துவராக இருந்த டேனியல், அரசு மருத்துவமனையிலும் பணிபுரியத் தொடங்கினார். முதலில் காரைக்குடியிலும், பின்னர் புதுக்கோட்டையிலும் அரசு மருத்துவராக பணிபுரிந்தார். இந்த சமயத்தில்தான் தமிழ் சினிமா பிரபலங்களான ஏ.வி.எம். ஸ்டுடியோ உரிமையாளர் மெய்யப்ப செட்டியார், தமிழ் சினிமாவின் சூப்பர் ஸ்டாராக வலம் வந்த பி.யு.சின்னப்பா போன்றோரிடம் நட்பு ஏற்பட்டது.

பி.யு.சின்னப்பா டேனியலிடம் பல் சிகிச்சைக்காக வந்த போது ஏற்பட்ட நட்பு, டேனியலின் வாழ்க்கையில் அடுத்தக் கட்ட வீழ்ச்சிக்கு வழிவகுத்தது. பி.யு.சின்னப்பாவுடனான பழக்கம் காரணமாக, டேனியலுக்குள் புதைந்து கிடந்த சினிமா மோகம் மீண்டும் துளிர் விடத் தொடங்கியது. சின்னப்பாவை வைத்து ஒரு தமிழ் சினிமா தயாரிப்பது என்ற முடிவில் இருந்தார் டேனியல். சின்னப்பா கதாநாயகனாக நடிப்பதெனவும்,

டேனியல் தயாரிப்பில் பங்குதாரராக இருப்பதெனவும் முடிவு செய்யப்பட்டது.

மருத்துவத்துறையிலிருந்து கவனம் மாறி, சினிமா தயாரிப்பிற்கு தேவையான பணத்தை திரட்டுவதில் மும்முரமாக இருந்தார். மருத்துவ தொழிலில் சம்பாதித்த முதலும், சொந்த ஊரில் கிடந்த நிலங்களை விற்றும், தனது இரண்டாவது சினிமா வாழ்க்கைக்கு புறப்பட்டார் டேனியல்.

இந்த முறை உறவினர்கள் கடுமையான எதிர்ப்பு தெரிவித்திருந்தும், அவற்றை புறந்தள்ளி விட்டு சினிமா பாதையில் முன்னோக்கிச் சென்றார். இந்த சமயத்தில் தனது குடும்பத்தினரை சொந்த ஊரில் குடியமர்த்தியிருந்தார். இம்முறை சினிமாக்காரர்களின் மோசடி வலையில் சிக்கினார் சூதுவாது தெரியாத டேனியல். அதன் காரணமாக தனது முதல் அனைத்தையும் டேனியல் இழக்க நேரிட்டது. இறுதியில் வெறுங்கையுடன் தனது சொந்த ஊருக்குத் திரும்பி வந்தார் அந்த பரம சாது.

உறவினர்களின் வெறுப்பிற்கு ஆளான டேனியல் நெய்யாற்றின் கரையில் ஒரு சிறிய கிளினிக்கை தொடங்கினார். அங்கு அவருக்கு பொருளாதார ரீதியாக பெரிய முன்னேற்றம் ஏதும் ஏற்படவில்லை. சினிமா தோல்வி மனதை அழுத்திக் கொண்டே இருந்தது. பின்பு அகஸ்தீஸ்வரத்தில் தனது பூர்வீக வீட்டில் குடியேறினார். 1956ஆம் ஆண்டு மொழிவாரி மாநிலங்கள் பிரிக்கப்பட்டபோது, தென் திருவிதாங்கூர் பகுதிகள் கன்யாகுமரி மாவட்டம் என்ற பெயரில் சென்னை மகாணத்துடன் இணைக்கப்பட்டிருந்தது.

கன்யாகுமரிக்கு அருகாமையிலிருந்த ஜேம்ஸ் டவுண் என்ற ஊரில் ஒரு கிளினிக்கை தொடங்கி சிகிச்சை அளித்து வந்தார். இந்த சமயத்தில்தான் அகஸ்தீஸ்வரத்திற்கு அருகாமை யிலுள்ள சந்தை பகுதியான கொட்டாரத்தில் ஜிம்கானா கிளப் என்ற பெயரில் களரி மற்றும் சிலம்பாட்ட பயிற்சி கூடத்தை நடத்தியிருக்கிறார். பொருளாதார ரீதியாக சிரமத்திற்குள்ளான காலகட்டத்தில் கூட, பாரம்பரிய கலைகளை வளர்க்க வேண்டுமென்ற உந்துதலோடு இருந்திருக்கிறார். இந்த வட்டாரத்தில் செல்லையா டாக்டர் என்று தான் டேனியல் அறியப்பட்டிருந்தார்.

மனக்கவலைகள் அவரது உடல் வலிமையை குன்றச் செய்தது. மகள்களை ஏற்கனவே திருமணம் செய்து கொடுத்துவிட்டமையால், அதை நினைத்து வருத்தப்பட தேவை வரவில்லை என்பதே ஒரு நிம்மதியாக இருந்தது. 35வயது முதல் 65 வயது வரை பல் மருத்துவராக இருந்திருக்கிறார். மருத்துவ தொழிலின்போது ஆரம்பகட்டத்தில் சம்பாதித்த பணம் அனைத்தையும் இரண்டாவது சினிமா கனவில் பறிகொடுத்தார். பூர்வீக சொத்துக்களும் கைவிட்டுப்போன நிலையில் பிள்ளைகள் அனுப்பித் தரும் பணம் மட்டுமே அந்த வயோதிக பருவத்தில் ஒரே வருமானமாக இருந்தது. உடல்நலம் குன்றிய நிலையில் சிகிச்சை செலவு கூடிக் கொண்டே இருந்தது. பக்கவாதம் தாக்கியதையடுத்து படுக்கையிலேயே வாழ்க்கை கழிந்தது. இறுதி நாட்களின் போது பார்வை சக்தியையும் இழந்தார். சுயமாக அவரால் எழுந்து இருக்கக்கூட முடியாத நிலைமையில் இருந்தார்.

கடைசி காலத்தில் அவருடன் அந்த வீட்டில் இருந்தவர் ஜானட் மட்டுமே. அவரும் நோயாளிதான். எல்லாம் விதி என்று நினைத்துக் கொண்டு, பொறுப்புடன் தனது கணவரை கவனித்துக் கொண்டார். டேனியல் படுத்தப் படுக்கையாகவே இருந்ததால் அவரது முதுகுப் புறத்தோலிலிருந்து கசிவு ஏற்பட்ட போது, அவரை எழுப்பி உட்கார வைப்பதற்கே சிரமப்பட வேண்டியதிருந்தது அந்த சாது பெண்மணிக்கு. உதவிக்காக ஒரு ஆளை வேலைக்கு வைத்துக் கொள்ளலாம் என்றால், அதற்கு பொருளாதாரம் இடமளிக்கவில்லை. கேரள அரசாங்கத்திடமிருந்து ஏதேனும் ஒரு உதவி கிடைக்கும் என்ற எதிர்பார்ப்பில் மனு எழுதி அனுப்பி காத்திருந்த அந்த பெண்மணிக்கு எந்த ஒரு பதிலும் கிடைக்கவில்லை. முதியோர் ஓய்வூதியத்திற்காக அனுப்பப்பட்ட மனுவையும் அரசாங்கம் கண்டு கொள்ள வில்லை. அகஸ்தீஸ்வரம் புத்தம் வீட்டில் மரணத்திற்காக காத்து கிடந்த மலையாள சினிமாவின் தந்தை 1975ஆம் ஆண்டு ஏப்ரல் மாதம் 29ஆம் தேதியன்று தனது இறுதி மூச்சை விட்டார். ∎

ஜே.சி.டேனியல் தனது மனைவி ஜானட்டுடன்

சிலம்ப பயிற்சியில் ஜே.சி.டேனியல்

ஜே.சி.டேனியல்

11. எனது தேடல்கள்

டேனியலைப் பற்றிய தகவல்களை நான் திரட்டத் தொடங்கியதிலிருந்து அவரை நேரில் சந்தித்து விட வேண்டும் என்ற ஆவல் என் மனதில் அதிதீவிரமானது. எனக்கு கிடைத்த தகவல்களைக் கொண்டு மலையாளி பத்திரிகையில் ஒரு கட்டுரையை எழுதினேன். மலையாள சினிமாவின் தந்தையை குறித்து எழுதப்பட்ட முதல் கட்டுரை இதுவே.

இந்த கட்டுரை வருவதற்கு முன்புவரை மலையாளத்தின் முதல் சினிமா பாலன் என்றும், அதன் தயாரிப்பாளரான டி.ஆர்.சுந்தரம்தான் மலையாள சினிமாவின் தந்தை என்ற கருத்தும் நிலவி வந்தது. எனது கட்டுரை மூலம் அந்த மாயையை கோடாலி போன்று வெட்டி உடைத்தேன். இதற்கு எதிர்ப்பும் ஆதரவும் இருந்தது.

எனது கருத்தை நிரூபிப்பதற்கு டேனியலை கண்டுபிடித்தே ஆக வேண்டும் என்ற கட்டாயம் எனக்கு உருவானது. இதற்காக திருவனந்தபுரத்தின் வரலாறு தெரிந்தவர்களையெல்லாம் சென்று சந்தித்தேன். கையில் தென்படும் ரேகையைப் போன்று அனந்தபுரியின் சரித்திரம் தங்களுக்குத் தெரியும் என்று பெருமை அடித்தவர்களெல்லாம் டேனியல் என்று ஒருவர் கிடையாது என்றும், விகதகுமாரன் என்றொரு படமே வெளியாகவில்லை என்றும் சாதித்தார்கள்.

மேரிலாண்ட் ஸ்டுடியோ உரிமையாளர் பி.சுப்பிர மணியத்தை சந்தித்தப் பிறகுதான் எனக்கு நிம்மதியே ஏற்பட்டது. அந்த சினிமாவையும், டேனியலையும்தான் பார்த்திருப்பதாக அவர் கூறியபோது எனக்கு ஏதோ ஒரு புது உயிர் கிடைத்தது போன்ற உணர்வு ஏற்பட்டது. அகஸ்தீஸ்வரத்தை பூர்வீகமாகக் கொண்ட டேனியல் இப்போது உயிருடன் இருக்கிறாரா என்பது தெரியவில்லை என்று கூறினார்.

"கோபாலகிருஷ்ணா, எதுவானாலும் தொடர்ந்து முயற்சி செய்தால், கண்டிப்பாக பலன் கிடைக்காமல் போகாது", என்று சுப்பரமணியம் என்னை உற்சாகப்படுத்தினார். 1960ஆம் ஆண்டுகளில்தான் நான் தகவல்களைத் திரட்டிக் கொண்டிருந்தேன். டேனியல் உயிருடன் தான் இருக்கிறாரா என்பதும் தெரியாமல் இருந்தது.

ஒரு நாள் திருவனந்தபுரத்திலுள்ள தம்பானூர் பேருந்து நிலையத்தில் சேர்த்தலை செல்வதற்காக நின்று கொண்டிருந்தேன். இன்றைக்கு இருப்பதைப் போன்ற பெரிய பேருந்து நிலையமாக அது இருந்திருக்கவில்லை. ஆஸ்பெட்டாஸ் ஷீட் வேய்ந்த ஒரு நீண்ட ஷெட். அங்கிருந்த இரண்டு அறைகளில் அலுவலகம் இயங்கி கொண்டிருந்தது. தொலைதூர ஊர்களுக்குச் செல்லும் பேருந்துகள் இங்கிருந்துதான் புறப்பட்டுச் செல்லும். சேர்த்தலைக்கு போகின்ற பஸ் வருவதற்கு இனியும் நேரமிருந்தது. கோடை காலமாக இருந்ததால் பயங்கர தண்ணீர் தாகம் எடுத்தது. லெமன் ஜூஸ் குடிப்பதற்காக பேருந்து நிலையத்தின் கிழக்குப் பக்கமாக இருந்த ஒரு பெட்டிக் கடைக்குச் சென்றேன். அந்த கடையிலிருந்து எதையோ வாங்கிக் கொண்டு ஒரு வயோதிகர் நின்று கொண்டிருந்தார். ஆங்கிலேயர் ஆட்சிக்கால குமாஸ்தா வேடம். வேஷ்டி, முழுக்கைச் சட்டை, அதன் மேல் கோட், கழுத்தைச் சுற்றி ஒரு சால்வை என்பதாக இருந்தது அவரது வேடம்.

கடைக்காரருக்கு பணத்தைக் கொடுத்துவிட்டு அவர் பேருந்து நிலையத்தை நோக்கி நடந்தார். அப்போது கடையின் முன்பக்கமாக கிடந்த பெஞ்சில் அமர்ந்திருந்த ஒரு சாமானியன் அந்த வயோதிகரை பற்றி கடைக்காரரிடம், 'எப்படியெல்லாம் வாழ்ந்த ஆளு. சினிமா எடுத்து எல்லாத்தையும் தொலைச்சாரு'.

சினிமா எடுத்து தொலைத்தார் என்று கேட்டபோது, அந்த முதியவர் யார் என்று தெரிந்து கொள்ள ஒரு உத்வேகம் ஏற்பட்டது. அவர் யார் என்று கேட்டபோது, பெரிய முதலாளியாக இருந்தவர் என்று மட்டும் அந்த சாமானியன் பதிலளித்தார். முதியவரிடம் அறிமுகமாகலாம் என்று நினைத்து அவரை நோக்கி விரைந்தேன். அவர் நாகர்கோவிலுக்குச் செல்லும் பேருந்து ஒன்றில் ஏறி உட்கார்ந்தார். நான் அவரது அருகில் செல்வதற்குள் பேருந்து கிளம்பி விட்டது. இதற்குள்ளாக எனக்கு

போக வேண்டிய பேருந்து வந்ததால், நான் அதில் ஏறி சேர்த்தலை சென்றடைந்தேன்.

சில நாட்களுக்கு அந்த முதியவரைப் பற்றிய ஞாபகமாகவே இருந்தது. அவர் யார் என்று தெரிந்து கொள்ளுவதற்கான ஆவல் அதிகரித்துக் கொண்டே சென்றது. ஒரு நாள் தம்பானூருக்குச் சென்று அந்த கடைக்காரரிடம், அன்றைக்கு பார்த்த முதியவர் யார் என்று கேட்டேன். 'தினமும் எவ்வளவோ பேர் வந்து போகிறார்கள். எப்படி ஒரு ஆளை மட்டும் நினைவில் வைத்துக் கொள்ள முடியும்?' என்றார். அன்று பெஞ்சிலிருந்தவர் அந்த முதியவரைப் பற்றி பேசியது நினைவிருக்கிறதா என்று வினவினேன்.

சிறிது யோசித்தவாறு அவர் சொன்னார், அது அந்த பெருமாளாயிருக்கும். பெருமாளிடம் கேட்டு தெரிந்து கொள்ள முடியும் என்று கூறிய கடைக்காரர், பெருமாளின் வீட்டிற்கு போகும் வழியையும் கூறினார். பழைய இன்டர்மீடியட் கல்லூரிக்கு வடக்கு பக்கமாக ஒரு சலவைக் கடை உண்டென்றும், அங்கு கேட்டால் பெருமாளைப் பற்றி சொல்லுவார்கள் என்றும் கூறினார். அவர் சொன்ன வழியில் நடந்து சென்றேன்.

சலவைக் கடையில் ஒரு வாலிபன் துணிகளுக்கு இஸ்திரி போட்டுக் கொண்டிருந்தான். அவனிடம் பெருமாளை தெரியுமா? என்று கேட்டதற்கு, இப்போ வருவாரு என்றான். அவன் ஒரு சாது என்று அவனது பேச்சிலிருந்து தெரிந்தது. அங்கிருந்த பெஞ்சில் காத்துக் கொண்டிருந்த போது, பெரிய அழுக்கு துணி மூட்டையை தலையில் சுமந்து கொண்டு பெருமாள் வந்தார். வாய் நிறைய வெத்திலை, வயிறு நிறைய பட்டச் சாராயம்.

வந்த உடன் துணி மூட்டையை அங்கே வைத்து அதன் மேல் ஏறி இருந்து கொண்ட பெருமாள், அந்த இளைஞனை சீண்டத் தொடங்கினார். அவனோ மௌன விரதத்தில் இருந்தான். சீண்டல் கெட்ட வார்த்தைகளாக மாறியபோது, இனி பெருமாளிடம் பேச முடியாது என புரிந்து அந்த இடத்தை விட்டு அகன்றேன்.

பின்பு ஒரு நாள் அவரைத்தேடி சென்றபோது, போதையில் இல்லாமல் இருந்தார். பெருமாளிடம் சென்று அறிமுகப்படுத்திக் கொண்டேன். அந்த சமயத்தில் பெருமாள் நல்ல மரியாதைக்காரராக தென்பட்டார். அன்றைக்கு கடையில் பார்த்த முதியவரைப் பற்றி விசாரித்தேன். நான் அவரைப் பற்றி மற்றவங்க சொல்றத தான் கேட்டிருக்கேன், மற்றபடி அவரைப் பற்றி கூடுதலாக எதுவும் தெரியாது என்றார். அவரைப் பற்றி அதிகம் தெரிந்த ஒரு நபர் உண்டென்றும் அவரது இருப்பிடம் குறித்தும் சொன்னார்.

கவடியார் அரண்மனைக்கு அருகில் வடக்கு திசையில் சென்றால் அங்கு ஒரு சாலை வரும். அந்த சாலை வழியாகச் சென்றால் ஒரு மரவள்ளி கிழங்கு தோட்டம் தெரியும். அந்த தோட்ட காவலாளியிடம் கேட்டால் கூடுதல் விபரங்கள் கிடைக்கும் என்று பெருமாள் கூறினார்.

மறுநாள் அந்த மரவள்ளி தோட்டத்திற்கு சென்றேன். நல்ல பரந்து விரிந்த ஒரு நிலத்தின் நடுவில் தோட்டம். தோட்டத்தை சுற்றிலும் கல்லால் கட்டப்பட்ட மதில் சுவர். அதில் ஒரு கேட்டும் போட்டிருந்தார்கள். கேட் பூட்டியிருந்ததால் அந்த வழியே வந்த ஒரு நபரிடம் தோட்ட காவலாளியை பற்றி கேட்டேன். அதற்கு அவர் ஞாயிற்று கிழமைதான் காவலாளியை பார்க்க முடியும் என்றார்.

ஞாயிற்றுக்கிழமை காலையில் அந்த இடத்திற்கு சென்றேன். கேட் திறந்திருந்தது. தோட்டத்திற்கு வெளியேயும் உள்ளேயும் சில நபர்கள் தென் பட்டார்கள். ஒருவரிடம் சென்று காவலாளி யார் என்று விசாரித்தேன். அவர் ஒரு நபரை கை காட்டித் தந்தார். நல்ல தடித்து கறுத்த முரடனைப்போல் தோற்றமுள்ள ஒரு ஆள். முதல் பார்வையிலே அவர் தென் திருவாங்கூர் பகுதியைச் சேர்ந்த நாடாராகத் தான் இருப்பார் என்று புரிந்தது.

அவருக்கு அருகில் சென்று நான் வந்த விஷயத்தை கூறினேன். அதற்கு அவர் கிண்டலாக, 'இந்த மாதிரி விசாரித்து திரியிறது உன்னோட ஒரு நோயாக இருக்கும்' என்று சிரித்தார். அப்போது அவருக்கு என் மேல் ஒரு பரிவு தோன்றியது. கடையில் பார்த்த முதியவரைப் பற்றி கேட்டேன். அவர்தான்

ஜே.சி. டேனியல். எனக்குள் மிகப் பெரிய உற்சாகம் கிளர்ந்தது. பிறகு அவர் தொடர்ந்தார். அகஸ்தீஸ்வரத்தில் இப்போது குடியிருக்கிறார். அங்கு போவதற்கான வழி விபரங்களையும் கூறினார். நான் அவருக்கு நன்றி கூறி விடை பெறும் சமயத்தில், விகதகுமாரன் படத்துல நானும் ஒரு சிறிய ரோலில் நடிச்சிருக்கேன் என்று சற்று கர்வமாகவே சொன்னார்.

அகஸ்தீஸ்வரத்திலுள்ள சப்-ரிஜிஸ்ட்டர் அலுவலகத்திற்கு மேற்கு பக்கமாக டேனியலின் வீடு இருப்பதாக காவலாளி சொல்லியிருந்தார். நான் நாகர்கோவிலிலிருந்து ஒரு பேருந்தை பிடித்து அகஸ்தீஸ்வரத்திற்கு வந்து சேர்ந்தேன். சப்-ரிஜிஸ்ட்டர் அலுவலகத்தை கண்டுபிடித்தேன். அதற்கு மேற்கு பக்கமாக சென்றபோது ஒரு பழைய வீடு தென்பட்டது. முன்பக்கம் இடிந்து கிடந்த ஒரு மதில் சுவர். அதற்கு மரத்தால் ஆன கேட்டும் இருந்தது. வீட்டின் முன்பாக செடி கொடிகள் முழங்கால் அளவிற்கு வளர்ந்து இருந்தன. வீட்டின் கதவு சாத்தப் பட்டிருந்தது.

முதல் பார்வையில் அது ஆள் நடமாட்டமே இல்லாத ஒரு பாழடைந்த வீடு போல் தோற்றமளித்தது. வீடு மாறி வந்து விட்டோமோ என்ற குழப்பமும் எழுந்தது. எதற்கும் கதவை தட்டிப் பார்க்கலாம் என்று நினைத்து கதவை தட்டினேன். அப்போது ஒருவர் மெதுவாக நடந்து வரும் சத்தம் கேட்டது. ஜன்னலை திறந்து யாரு? என்று கேட்டார்.

சத்தம் வந்த பக்கமாக சென்று பார்த்தேன். கை பனியனும், லுங்கியும் அணிந்த ஒருவர் நின்று கொண்டிருந்தார். முகம் சவரம் செய்யப்பட்டு பல நாட்கள் ஆகி இருக்க வேண்டும். ஜே.சி. டேனியலை பார்க்க வேண்டும் என்றேன். அவர் கதவை திறந்து உள்ளே அழைத்தார். அவரை பின் தொடர்ந்து உள்ளே சென்றேன்.

அந்த அறையிலிருந்த கட்டிலில் அவர் அமர்ந்தார். கட்டிலின் முன்பாக சுவரோடு சாய்த்து வைக்கப்பட்டிருந்த நாற்காலியில் என்னை அமரச் சொன்னார். நான் உட்கார்ந்ததும் என்னைப் பற்றி விசாரிக்கத் தொடங்கினார். நான் வந்த நோக்கத்தை கூறினேன். அப்போது அந்த முதியவர் கூறினார், 'நான்தான் ஜே.சி. டேனியல்'.

எனக்கு நம்பிக்கை வரவில்லை. ஒரு அந்தஸ்துமிக்க நபர் தோற்றத்தில் திருவனந்தபுரத்தில் பார்த்த ஆள் இவரா? என்ற குழப்பம் ஏற்பட்டது. எனது பார்வை அறை முழுவதும் ஒரு தடவை சுற்றி வந்தது. ஒரு மூலையில் கதாயுதம், சிலம்பாட்ட கம்புகள், ஒரு துரு பிடித்த வாள் போன்றவை கிடந்தன. ஒரு கயிற்றில் கொஞ்சம் துணிகள் தொங்கிக் கொண்டிருந்தன. வேறு எந்தவொரு உயிரினமும் அந்த வீட்டில் இருப்பதாக தோன்றவில்லை.

'நான் இப்போ உயிரோடுதான் இருக்கேன்', டேனியல் லேசாக சிரித்தார். 'இந்த நசிந்து போனவனைப் பற்றி இப்பவாது பத்திரிகைக் காரங்களுக்கு தெரிஞ்சுதே' இவ்வாறு டேனியல் கூறியதும் எனக்குள் ஒரு பெருமித உணர்வு தோன்றியது. காரணம், நான் இப்போது இருப்பது, மலையாள சினிமாவின் தந்தையின் முன்னால் என்ற சிந்தனை என்னுள் நிழலிட்டு நின்றது.

தொடர்ந்து நீண்ட உரையாடலின் போது விகதகுமாரன் படத்தின் கதையையும், படத்தயாரிப்பின்போது ஏற்பட்ட இடற்பாடுகள் குறித்தும் கேட்டறிந்தேன். அவர் சொன்ன தகவல்களையெல்லாம் குறிப்பெடுத்துக் கொண்டேன். அங்கே வைக்கப்பட்டிருந்த கதாயுதம், விகதகுமாரன் படத்தில் பயன்படுத்தப்பட்டது என்று அவர் கூறியபோது, மலையாளத்தின் முதல் சினிமா தயாரிப்பில் பயன்படுத்தப்பட்ட ஒரு புராதன அடையாளத்தையாவது பார்க்க முடிந்ததே என்ற ஆனந்தம் ஏற்பட்டது.

அதன்பிறகு விகதகுமாரன் சினிமாவில் உள்ளது என்று கூறி ஒன்றரை மீட்டர் நீளம் வருகின்ற ஒரு ஃபிலிம் சுருளை எனக்கு காண்பித்தார். படத்தின் திரைக்கதை எழுதப்பட்டிருந்த காகிதங்கள் இரண்டும் டேனியலின் கைவசமிருந்தது.

உரையாடலின் நடுவே அவரது மனைவி ஜானட்டையும் எனக்கு அறிமுகப்படுத்தினார். பெண் பிள்ளைகளுக்கு திருமணம் முடிந்து விட்டதாகவும், ஆண் பிள்ளைகள் வேலை நிமித்தமாக ஊரில் இருப்பதில்லையெனவும் கூறினார். தனது சோகக் கதையை கூறிக்கொண்டிருந்தபோது, சில நேரங்களில் அவருடைய கண்களில் கண்ணீர் பெருகியதையும் **கண்டேன்.** 'வாயில் தங்க கரண்டியுமாக பிறந்த எனக்கு இன்று கஞ்சி குடிக்க

மிஞ்சியிருப்பது ஒரு துருபிடித்த கரண்டி தான்', என்று அவர் கூறியபோது, துரதிஷ்டம் எவ்வளவு சக்தியுடன் அவரை வேட்டையாடியிருக்கிறது என்பதை புரிந்து கொண்டேன்.

நான் விடைபெறுவதற்காக எழுந்தபோது அவர் சொன்னார், 'நான் தோத்துவிட்டேன் கோபாலகிருஷ்ணா தோத்துவிட்டேன். இது எனக்கு மட்டும் சொந்தமான வீடல்ல. சாகிறவரைக்கும் இங்க தங்குறதுக்கு என்னோட சொந்தக்காரங்க சம்மதிச்சிருக்காங்க'. அப்போது ஜானட் சொன்னார் 'நீங்க ஏதாவது முயற்சி செய்து அரசாங்கத்திடமிருந்து உதவி பெற்று தரணும். வயோதிக கலைஞர்களின் பென்ஷனுக்கு மனு போட்டு எந்த பதிலும் வரல்ல', என்று கண் கலங்கினார்.

டேனியலைப் பற்றி கட்டுரைகளும், புத்தகங்களும் எழுதவிருப்பதாக நான் அவருக்கு நம்பிக்கையளித்தேன். எனது தோள்களில் அவரது இரு கைகளையும் வைத்து, எங்களுக்கு உதவி செய்து தர வேண்டுமென கூறியபோது, என்னால் முடிந்தளவிற்கு முயற்சி மேற்கொள்வேன் என வாக்களித்தேன். அப்போது அவர் என் தலையில் கை வைத்து ஆசிர்வதித்தார். "உங்களுக்கு எப்போதும் நல்லதே நடக்கும்".

எனக்குள் ஒரு அகங்காரமாக என்றென்றைக்குமாக இந்த நிகழ்ச்சி நிலை நிற்கிறது. ஏனெனில் மலையாள சினிமாவின் தந்தையிடம் ஆசிர்வாதம் பெற்ற சினிமாத்துறையைச் சேர்ந்த வேறொருவர் கேரளத்தில் கிடையாது என்பதுதான். மலையாள இலக்கியத்தின் தந்தையான துஞ்சத்து எழுத்தச்சன் ஏதாவது ஒரு இலக்கியவாதிக்கு ஆசிர்வாதம் அளித்ததாக அறிந்து கொள்ள முடியவில்லை.

இந்த பயணத்திற்கு பிறகும் நான் அவரைத் தேடி அகஸ்தீஸ்வரத்திற்கு சென்றிருந்தேன். எங்களுடைய உறவு கடிதங்கள் வாயிலாக தொடர்ந்தது. ஒவ்வொரு கடிதத்திலும் தனக்கு எப்படியாவது உதவ வேண்டும் என்ற வேண்டுதல் இருந்தது. நான் பதிலெழுதுகிற கடிதங்களில் என்னால் இயன்றதை செய்வேன் என்ற நம்பிக்கையை புதுப்பித்துக் கொண்டே இருந்தேன்.

எர்ணாகுளத்திலிருந்து வெளிவந்து கொண்டிருந்த உஷா என்ற சினிமா பத்திரிகையில் நிருபராக சில காலம் பணியாற்றிக்

கொண்டிருந்தேன். அந்த காலகட்டத்தில் அவர் எழுதிய சில கடிதங்களை பாதுகாப்பாக வைத்திருந்தேன். ஒரு தந்தை தன் மகனுக்கு எழுதுவது போன்ற அன்புடன் கூடிய வார்த்தைகளாகவே அவரது கடிதங்கள் இருந்தன. அவருக்கு நான் ஒரு குடும்ப நண்பனைப் போன்றிருந்தேன்.

என்னிடமிருந்த கடிதங்களை சில பத்திரிகையாளர்கள் திருப்பி தருவோம் என்ற நம்பிக்கையை ஏற்படுத்தி வாங்கிச் சென்றனர். ஆனால் எவருமே அந்த நம்பிக்கையை பலப்படுத்தவில்லை. இறுதி காலத்தில் பார்வை குன்றிய போது டேனியல் கூற, அவரது மனைவி எழுதிய கடிதம் மட்டுமே தற்போது என்னிடம் உள்ளது. இந்த கடிதத்தை நான் ஒரு புதையலைப் போன்று பாதுகாக்கிறேன்.

அவருடனான உரையாடலில் விகதகுமாரன் படச்சுருள் என்ன ஆனது என்பதை கேட்க மனது தயங்கியது. அங்கு கண்ட காட்சிகள், ஒரு செய்தியாளனின் தேடுதலை மரத்துபோகச் செய்வதாக இருந்தது. உடல் ரீதியாகவும், மன ரீதியாகவும் மிகவும் சோர்ந்து போய் இருந்த அவரிடம் இழப்புகளைப் பற்றிக் கேட்டு சங்கடத்தை கூட்ட வேண்டாம் என்ற சிந்தனை அப்போது என்னுள் குடி கொண்டிருந்தது. நேரடியாக இல்லையென்றாலும் விகதகுமாரனுக்கு என்ன நேர்ந்தது என்பதை விசாரித்தேன்.

தனது இழப்புகளுக்கு காரணமான அந்த படச்சுருளை ஆரம்பகாலத்தில் டேனியல் மிகவும் பத்திரமாகவே வைத்திருக்கிறார். பிற்காலத்தில் அதனை அலட்சியப்படுத்தி கவனிக்காமல் போட்டுவிட்டார். எதனால் அவருக்கு இந்த மனநிலை ஏற்பட்டது என்று தெரியவில்லை. குழந்தை பருவத்தில் இளைய மகன் ஹாரீஸ் அதனை தீயிட்டு எரித்து விளையாடியிருக்கிறார். ஃபிலிமை இப்படியும் அப்படியும் மடிக்கும்போது எழும் ஒலி டைப்ரைட்டர் சத்தத்தைப் போன்று இருந்ததால் படச்சுருள் அனைத்தையும் நசித்திருக்கிறார். ஒரு குழந்தையின் கள்ளங்கபடமற்ற செயல்களில் ஒன்றாகவே இதனை பார்க்க வேண்டியிருக்கிறது.

1971ற்கு பிறகு டேனியலின் உடல் வலிமை மிகவும் குன்றத் தொடங்கி பக்கவாதத்தால் பீடிக்கப்பட்டார். பார்வைத்

திறனை இழந்ததுடன் கொஞ்சம் கொஞ்சமாக கேட்கும் சக்தியையும் இழந்து கொண்டிருந்தார். இறுதியில் 1975, ஏப்ரல் 29ஆம் தேதியன்று மலையாள சினிமாவிற்கு தொடக்கமிட்ட அந்த கலைஞன் உலக வாழ்விலிருந்து விடைபெற்றுக் கொண்டார். அகஸ்தீஸ்வரத்தில் அவரது குடும்பத்தினருக்குரிய மயானபூமியில் நீங்கா துயிலில் ஆழ்ந்தார். பதினெட்டு ஆண்டுகளுக்குப் பிறகு அவரது மனைவி ஜானட் திருவனந்தபுரம் எல்.எம்.எஸ். கல்லறை தோட்டத்தில் இறுதி ஓய்வினை எடுத்துக் கொண்டார்.

□

Agastheeswaram
16-1-1974

Dear Mr Gopalakrishnan

Sincerely yours
Janet
Mrs J. C. Daniel

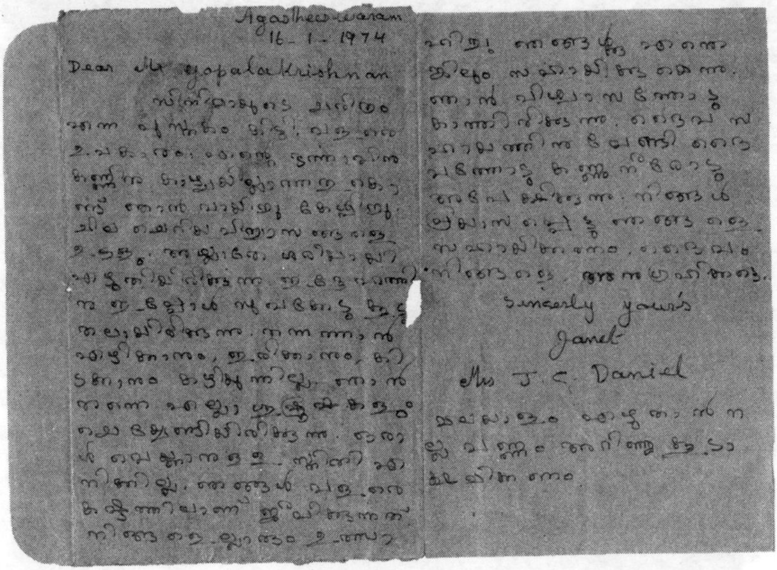

ஜானட் அரசு உதவி கேட்டு சேலங்காடு கோபாலகிருஷ்ணனுக்கு எழுதிய கடிதம் (1974)

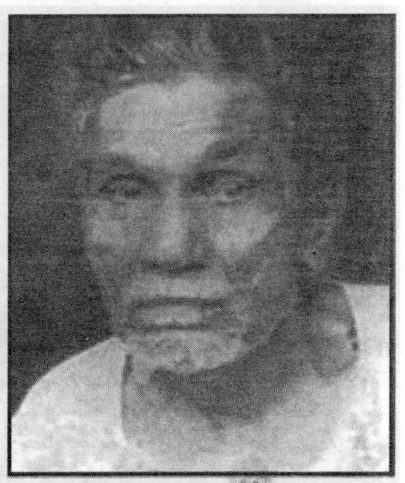

வயோதிக காலத்தில் ஜானட் - ஜே.சி.டேனியல்

ஜே.சி. டேனியலின் கல்லறை, அகஸ்தீஸ்வரம்

ஜேனட்டின் கல்லறை, திருவனந்தபுரம்

12. மார்த்தாண்டவர்மாவும் சுந்தர்ராஜும்

ஜே.சி. டேனியலைப் பற்றி பேசும்போது மலையாளத்தின் இரண்டாவது சினிமாவான மார்த்தாண்ட வர்மாவையும், அதன் சிற்பியான சுந்தர்ராஜைப் பற்றியும் விவரமாக கூறினால்தான் சரித்திரம் முழுமையடையும் என்று தோன்றியதால் அந்த செய்தியை இங்கே எழுதுகிறேன்.

பழைய திருவிதாங்கூர் சமஸ்தானத்தில் வசதியடைந்த இந்து குடும்பங்களில் இராமாயணம் வாசிப்பிற்கு அடுத்தப் படியாக மனப்பாடம் செய்யப்பட்டது சி.வி.ராமன் பிள்ளை எழுதிய மார்த்தாண்டவர்மா நாவல்தான். திருவிதாங்கூர் சமஸ்தானத்தை நிறுவிய மார்த்தாண்டவர்மாவை சமஸ்தான மக்கள் ஒரு அவதார புருஷனாகவும், திருவுருவாகவும் பார்த்தனர். மார்த்தாண்டவர்மாவுக்கும், பத்மநாபன் தம்பிக்கும் இடையேயான வாரிசுரிமை தகராறை விவரிக்கிறது இந்நாவல்.

நாகர்கோவிலை பூர்வீகமாகக் கொண்ட சுந்தர்ராஜ், இந்நாவலைத் தழுவி சினிமா தயாரிக்க தீர்மானித்தார். அப்போது அவருக்கு வயது 22.ஜே.சி.டேனியலின் உறவினர்தான் இந்த சுந்தர்ராஜ். விகதகுமாரன் படத்தயாரிப்பின் போது டேனியலுக்கு துணையாக இருந்தார். டேனியலின் முழு இழப்பிற்கும் சாட்சியாக இருந்த சுந்தர்ராஜ் முன்பின் யோசிக்காமல் சினிமா முடிவில் உறுதியாக இருந்தார். சமஸ்தான மக்களால் ஒரு ஹீரோவாக பார்க்கப்படும் மார்த்தாண்ட வர்மாவின் கதை தனக்கு நஷ்டத்தை ஏற்படுத்தித் தராது என்று திடமாக நம்பினார். உறவினர்களான இருவர்தான் மலையாள சினிமாவுக்கு தொடக்கமிட்டனர் என்பது வரலாற்றில் குறிப்பிடப்படாமலேயே போயிற்று.

கிறிஸ்தவனான தான் இந்த நாவலை சினிமாவாக எடுத்ததற்கு காரணம் மார்த்தாண்டவர்மா மீது தனக்கிருந்த

மரியாதையும், ஆராதனையுமே ஆகும் என்று சுந்தர்ராஜ் என்னிடம் கூறினார். ஐரோப்பிய காலணியாதிக்க சக்திகளில் ஒன்றான டச்சுக்காரர்களை குளச்சல் மண்ணில் மார்த்தாண்டவர்மாவின் படைகள் தோற்கடித்த நிகழ்வுதான், அவர் மீது அதிகப்படியான ஆராதனை தோன்ற காரணம் என்றும் சுந்தர்ராஜ் கூறினார். குளச்சல் யுத்தம் நடந்த இடத்தை அவர் பல தடவை சென்று பார்த்திருக்கிறார்.

நாகர்கோவிலில் ஒரு வசதியான குடும்பத்தில் பிறந்த அவர் பள்ளி, கல்லூரி பயின்றது திருவனந்தபுரத்தில். கேரள காவல் துறையில் டி.எஸ்.பி.யாக இருந்த செல்லதுரை ராஜ் இவரது சகோதரர். சுந்தர்ராஜின் சகோதரி ரோசம்மாளை நாகர்கோவிலில் பிரபல மருத்துவராக இருந்த மத்தியாஸ் மணம் முடித்திருந்தார். 1969ஆம் ஆண்டு நாகர்கோவில் பாராளுமன்ற தொகுதிக்கு நடைபெற்ற இடைத்தேர்தலில், அகில இந்திய காங்கிரஸ் கமிட்டி தலைவராக இருந்த காமராஜை எதிர்த்து சுதந்திரா கட்சி சார்பில் போட்டியிட்டவர் மருத்துவர் மத்தியாஸ்.

சுந்தர்ராஜின் தாத்தா ஜோஸ்வா இளம் வயதில் இலங்கை தேயிலை தோட்டங்களில் காண்டக்டராக பணிபுரிந்து நல்லதொரு சம்பாத்தியத்துடன் நாடு திரும்பியவர். திருவிதாங்கூர் அரசின் கட்டுமான பணிகளுக்கு ஒப்பந்ததாரராகவும் இருந்தவர். பேச்சிப்பாறை அணை கட்டுமான ஒப்பந்தத்தை பெற்றதன் மூலம் பிரபலமடைந்திருந்தார். ஜோஸ்வாவின் சகோதரி சூஸம்மாளின் பேரன்தான் ஜே.சி. டேனியல்.

சினிமா எடுப்பதற்கு முன்பாக திருவிதாங்கூர் அரச குடும்பத்தாரை சந்திக்க கவுடியார் அரண்மனைக்கு சென்றிருந்தார் சுந்தர்ராஜ். ராணி சேது லெட்சுமி பாயை சந்திக்க வேண்டி அரண்மனை அதிகாரியிடம் மனு ஒன்றை கொடுத்திருந்தார். மார்த்தாண்டவர்மா நாவலை சினிமாவாக எடுக்கும் தனது திட்டத்தினை மனுவில் குறிப்பிட்டிருந்தார். ஒரு வாரத்திற்கு பிறகு சந்திப்பதற்கான அனுமதி வழங்கப்பட்டது. அரண்மனைக்குச் சென்ற சுந்தர்ராஜ் அரச குடும்பத்தாரிடம் தனது திட்டத்தை விளக்கி கூறினார். என்ன உதவி வேண்டும் என்றாலும், பணமாகவோ அல்லது வேறு எந்த விதத்திலோ

ஜே.சி. டேனியல் - திரையில் கரைந்த கனவு / 80

உதவிபுரிய தயாராக இருப்பதாக அரச குடும்பத்தினர் சுந்தர்ராஜிடம் அறிவித்திருந்தனர்.

பண உதவி வேண்டாம் என்றும் அதற்குப் பதிலாக படம் தயாரித்து முடியும்போது படத்தின் படச்சுருளை திருவனந்தபுரம் ஸ்ரீபத்மநாப சுவாமி கோவில் சன்னதியில் வைத்து பூஜை செய்வதற்கான அனுமதியை அளித்தால் மட்டும் போதும் என்று சுந்தர்ராஜ் கேட்டுக்கொண்டார். அது மட்டும்தான் அரச குடும்பத்தாரிடமிருந்து அவர் எதிர்பார்த்த உதவியாகயிருந்தது.

படச்சுருள் தயாரானதும் பத்மநாபசுவாமி கோயிலுக்கு கொண்டு வந்தனர். பூஜை முடிந்ததும் அலங்கரிக்கப்பட்ட ஆண் யானையின் மேல் படப்பெட்டியினை ஏந்திக் கொண்டு சினிமா காட்சி நடத்துவதற்காக காப்பிடடல் திரையரங்குக்கு கொண்டு சென்றனர். இந்த ஊர்வலத்தின் அணிவகுப்பிற்காக ராணுவத்தின் நாயர் படைபிரிவு ஒன்றை அரச குடும்பத்தினர் அனுப்பி வைத்தனர். இந்த அணிவகுப்பு ஊர்வலத்தை கேமராவில் படம் பிடித்த சுந்தர்ராஜ் ஃபிலிமை இருண்ட அறையில் வைத்து அவசர அவசரமாக கழுவி, காய வைத்து அன்றே அந்தக் காட்சியை படச்சுருளில் இணைத்துவிட்டார்.

இன்றைய நிலைபோன்று அறிவியல் தொழில் நுட்பமோ, எடிட்டிங் தந்திரங்களோ இல்லாத கால கட்டத்தில்தான் சுந்தர்ராஜ் இதனை செய்து காட்டினார் என்பதை நினைவில் கொள்ள வேண்டும்.

இனி சுந்தர்ராஜின் சினிமா வாழ்க்கை பாதையினைப் பார்ப்போம். செல்வ செழிப்பில் வாழ்ந்திருந்த சுந்தர்ராஜின் தாய் தந்தையின் ஆசை மகனை இங்கிலாந்திற்கு அனுப்பி உயர் கல்வி படிக்க வைக்க வேண்டும் என்பதுதான். ஆனால் இவரோ சினிமா கனவுகளோடு நடந்து கொண்டிருந்தார். தனது திட்டத்தை வெளிப்படுத்தியபோது வீட்டிலுள்ளவர்கள் திகைத்து போய்விட்டனர். காரணம் தங்களது உறவினனான டேனியலின் வீழ்ச்சியை அவர்கள் பார்த்துக் கொண்டிருந்தனர். குடும்பத்தாரும் சுற்றத்தாரும் அவரது முடிவினை பின்வாங்க வைக்க நடத்திய முயற்சிகள் அனைத்தும் வீணானது. எடுத்த தீர்மானத்தில் மிக திடமாக இருந்தார். தனது பூர்வீக

சொத்துக்களில் நல்லதொரு பங்கினை விற்ற அவர் பணத்தோடு சென்னைக்கு வண்டி ஏறினார்.

மௌனப் படங்களின் இறுதி காலகட்டம் அது. பேசும் பட நிறுவனங்கள் சென்னையில் தொடங்கப்பட்டிருந்தன. மௌனப் படங்களை தயாரித்து வந்த நிறுவனங்கள் பேசும் படங்களின் தயாரிப்பில் இறங்கியிருந்தன. அவர்களுக்கு இப்போது தேவைப்படாத மௌனப்படத் தயாரிப்பு உபகரணங்களை சுந்தர்ராஜ் குறைந்த விலைக்கு வாங்கிக் கொண்டார். அவர்களிடமிருந்து வாங்கிய பழைமையான சரக்குகளை எல்லாம் ஒரு லாரியில் ஏற்றி நாகர்கோவில் வந்து சேர்ந்தார். இனிமேல் எதிர்த்தும் ஒன்றும் நடக்கப்போவதில்லை என்பதை வீட்டிலுள்ளவர்கள் புரிந்து கொண்டார்கள். 1932ஆம் ஆண்டு நாகர்கோவிலில் ஸ்ரீராஜேஸ்வரி ஃபிலிம்ஸ் என்ற பெயரில் ஸ்டுடியோவை தொடங்கினார் சுந்தர்ராஜ்.

சென்னையில் சினிமா இயக்குநராக இருந்த பி.வி.ராவ் என்பவரை தனது படத்திற்கு இயக்குநராக நியமித்தார். விகதகுமாரனைவிட மாறுபட்ட முறையில் திரைக்கதை தயார் செய்யப்பட்டது. நாவலில் குறிப்பிட்டுள்ளபடியான கட்டிட அமைப்புகளுக்கு செட் போடுவதில் அதிக பணத்தை செலவழித்தார். மங்கோயிக்கல் குறுப்பின் வீடு நாவலில் குறிப்பிட்டுள்ளபடி செட் போடப்பட்டு தீயிட்டு கொளுத்தப்பட்டு படமாக்கப்பட்டது. பழங்கால செட் வடிவமைப்பிற்கு மட்டும் சுமார் அரை லட்சம் ரூபாய் செலவளிக்கப்பட்டது.

அந்த காலத்தில் பிரபலமான நாடக நடிகர்களை படத்திற்காக தேர்வு செய்தனர். சுபத்ரா கதாபாத்திரத்தில் நடிக்க தேவகி பாய், பாருகுட்டி வேடத்திற்கு பத்மினி ஆகியோர் தேர்வு செய்யப்பட்டனர். தலச்சேரியைச் சேர்ந்த நாடக நடிகரான ஆண்டி மார்த்தாண்டவர்மாவாக வெள்ளித் திரையில் தோன்றினார். மங்கோயிக்கல் குறுப்பாக கோழிக்கோடு கேசவ மேனனும், பிராந்தன் சாணான் என்றழைக்கப்பட்ட அனந்தபத்மநாபன் கதாபாத்திரத்தில் A.V.P.மேனனும் நடித்தனர்.

விகதகுமாரனைப் போன்று மார்த்தாண்ட வர்மாவும் பகல் வெளிச்சத்தில் தான் படமாக்கப்பட்டது. ஒரு வருடமாக நீண்ட இந்த சினிமாவின் மொத்த தயாரிப்பு செலவு ஒன்றரை

லட்சம் ரூபாய். படப்பிடிப்பு முழுவதும் நாகர்கோவிலைச் சுற்றியே நடைபெற்றது.

1933ஆம் ஆண்டு காப்பிட்டல் திரையரங்கில் மார்த்தாண்டவர்மா திரையிடப்பட்டது. முதல்நாள் முதல் காட்சி அரச குடும்பத்தாருக்கும், உயர் அதிகாரிகளுக்குமான சிறப்பு காட்சியாக இருந்தது. அரச குடும்பத்தாருக்கு படம் மிகவும் பிடித்துப் போகவே, மார்த்தாண்ட வர்மாவாக நடித்த ஆண்டிக்கு வெள்ளி வாள் ஒன்றினை பரிசாக அளித்தனர்.

திரையரங்கில் படம் ஓடிக் கொண்டிருக்கையில், வேறொரு திசையில் படத்திற்கு எதிரான காரியங்கள் நடந்து கொண்டிருந்தன. மார்த்தாண்ட வர்மா நாவலின் பதிப்புரிமையை சி.வி.ராமன்பிள்ளை கமலாலயம் புக் டிப்போ என்றொரு வெளியீட்டு நிறுவனத்திற்கு அளித்திருந்தார். பதிப்பகத்தின் அனுமதியின்றி சுந்தர்ராஜ் நாவலை படமாக்கிவிட்டார். இதனால் கமலாலயம் பதிப்பகத்தார் சுந்தர்ராஜ் மீது சட்ட ரீதியான நடவடிக்கைகளை எடுக்கத் தொடங்கினர். கமலாலயத்திற்காக நீதிமன்றத்தில் ஆஜரானவர் பிரபல கிரிமினல் வழக்கறிஞர் மள்ளூர் கோவிந்த பிள்ளை.

இந்த வழக்கின் பின்னணியில் வேறொரு தகவலும் கூறப்படுகிறது. டேனியல் விகதகுமாரனை திரையிட்டபோது இந்த மள்ளூர் வழக்கறிஞர் தான் முதல் காட்சியை தொடங்கி வைத்தார். மார்த்தாண்டவர்மா முதல் காட்சியை பார்ப்பதற்காக மள்ளூர் வக்கில் திரையரங்கிற்கு வந்திருக்கிறார். ஆனால் இது அரச குடும்பத்திற்கான சிறப்பு காட்சி என்று கூறி சுந்தர்ராஜ் அவரை உள்ளே விட மறுத்திருக்கிறார். இதனால் ஆத்திரம் அடைந்த அவர் கமலாலயம் பதிப்பகத்தாரை தூண்டி விட்டதாக கூறப்படுகிறது. நீதிமன்றத்தில் சுந்தர்ராஜுக்காக வாதாடியவர் அன்னா சாண்டி. இவர் பிற்காலத்தில் கேரள உயர்நீதிமன்றத்தில் முதல் பெண் நீதிபதியாக நியமிக்கப்பட்டவர் ஆவார்.

நீதிமன்றத்தில் சுந்தர்ராஜ் தோல்வியைத் தழுவினார். மார்த்தாண்ட வர்மா படத்தின் படச்சுருளை முடக்கவும், நஷ்ட ஈடாக பதிப்பகத்தினருக்கு ஐந்தாயிரம் ரூபாய் வழங்க வேண்டும் என்றும் நீதிமன்றம் உத்தரவிட்டது. படம் வெளிவந்த மறுநாளே நீதிமன்ற தீர்ப்பு சினிமா காட்சியை தடை செய்தது.

சினிமா காட்சியை நிறுத்திய சுந்தர்ராஜ் உயர்நீதிமன்றத்தில் மேல்முறையீடு செய்தார். அங்கேயும் தோல்வியுற்றார். அவரது கஷ்ட காலம் இங்கிருந்துதான் தொடங்கியது. சுந்தர்ராஜ் அனைத்தையும் இழந்து ஏழ்மை நிலைக்கு தள்ளப்பட்டார். தனது உடமைகளையெல்லாம் விற்று கடனை அடைத்தார். பின்னர் சிலகாலம் தலைமறைவாகி விட்டார்.

படத்தயாரிப்பின்போது கதாநாயகியாக நடித்த தேவகிக்கும் சுந்தர்ராஜுக்கும் இடையே எழுந்த காதல் திருமணத்தில் முடிந்தது. பிராமண சமுதாயத்தைச் சேர்ந்த தேவகி கிறிஸ்தவரான சுந்தர்ராஜை திருமணம் செய்தது பெரும் சர்ச்சையை கிளப்பி விட்டதாக டேனியல் என்னிடம் கூறினார். இரு வீட்டாருமே அவர்களை குடும்பத்தை விட்டே விலக்கி வைத்து விட்டனர். தனித்துவிடப்பட்ட இருவரும் திருவனந்தபுரம் அருகேயுள்ள கண்ணம் மூலையில் தங்கள் இருப்பிடத்தை அமைத்துக் கொண்டனர். தனது கணவரின் அனைத்து கஷ்டங்களிலும் பங்கெடுத்தவர் தேவகி. திருமணத்திற்கு பிறகு அவர் நடிப்புத் தொழிலை விட்டுவிட்டார்.

டேனியல் கூறிய விபரங்களை கேட்டறிந்த பின், நான் கண்ணம் மூலைக்குச் சென்று சுந்தர்ராஜை கண்டுபிடித்தேன். அங்கே அவர் ஒரு ரேசன் கடையை நடத்திக் கொண்டிருந்தார். நாங்கள் சுமார் மூன்று மணி நேரம் பேசிக் கொண்டிருந்தோம். தனது துக்கக் கதையை ஒன்றுவிடாமல் விவரமாகக் கூறினார். இதற்கிடையே தனது மனைவியையும் அறிமுகப்படுத்தினார். அவர்களுக்கு விடை கூறி கிளம்பும் சமயத்தில் ஒரு வேண்டுகோளை விடுத்தார். எங்களைப் பற்றி வெளியில் யாரிடமும் சொல்ல வேண்டாம். எங்க பக்கத்து வீட்டில் இருப்பவர்களுக்கு கூட தேவகி சினிமாவில் நடித்த விபரம் எதுவும் தெரியாது. அத்துடன் ஒரு முக்கிய ரகசியத்தை வெளிப்படுத்தினார். மார்த்தாண்டவர்மா சினிமாவின் படப்பெட்டி இன்னமும் கமலாலயம் புக் டிப்போ உடைமையாளர்களிடம்தான் இருக்கிறது.

இது எனக்கு ஒரு புதிய தகவலாக இருந்தது. கமலாலயம் புக் டிப்போ உடைமையாளர்களை கண்டுபிடிக்க முயற்சி செய்தேன். எனது விசாரணையில் கமலாலயம் உரிமையாளர் இராமன் மேனன் காலமாகிவிட்டதாகவும், அவரது மகன் தலைமை செயலகத்திற்கு தெற்கு பக்கமாக ஒரு லாட்ஜும், ஓட்டலும் நடத்தி வருவதாகவும் தெரிய வந்தது. நான்அவரை நேரில் சென்று சந்தித்தேன். மார்த்தாண்டவர்மா படச்சுருள் பற்றி கேட்டதும், பழைய சாமான்களை போட்டுவைக்கும் அறை ஒன்றிற்கு அழைத்துச் சென்றார். அங்கே சிலந்தி வலைகளுக் கிடையே தூசி படிந்து கிடந்தது மலையாளத்தின் இரண்டாவது சினிமா. நீதிமன்ற தீர்ப்பு அடங்கிய பழைய காகிதங்களையும் அவர் என்னிடம் காண்பித்தார்.

மார்த்தாண்டவர்மா படத்தை குறித்து எனக்கு கிடைத்த தகவல்களை பல்வேறு பத்திரிகைகளில் எழுதினேன். கோட்டயத்திலிருந்து வெளிவந்த சினிமா மாத இதழிலும் ஒரு கட்டுரை எழுதியிருந்தேன். தேசிய திரைப்பட ஆவண காப்பகத்தின் காப்பாளர் பி.கே.நாயர், இந்த படத்தைப் பற்றி தெளிவான விவரங்களை தனக்கு தெரியப்படுத்தும்படி பத்திரிகையின் ஆசிரியர் சி.கே.சோமனுக்கு கடிதம் எழுதினார். சோமன் இத் தகவலை எனக்கு தெரியப்படுத்தினார்.

திருவனந்தபுரத்திற்கு வந்த பி.கே.நாயர் கமலாலயம் புக் டிப்போவின் வாரிசுதாரர்களை நேரடியாக சந்தித்து பேசினார். அவர்களுக்கு கொஞ்சம் பணம் கொடுக்கப்பட்டு, அரசின் உதவி யுடன் அப்பெட்டியை அவர் மீட்டார். மிகப் பழமை யானதாகவும், உபயோகப்படுத்த இயலாத நிலைமை யிலும் இருந்தது அந்த ஃபிலிம் சுருள். பி.கே.நாயரின் முயற்சியால் படச்சுருள் லண்டனுக்கு அனுப்பி வைக்கப்பட்டு நவீன தொழில்நுட்பத்தின் துணையோடு புதுப்பிக்கப்பட்டது. மார்த்தாண்ட வர்மா படச்சுருள் தற்போது பூனே ஃபிலிம் ஆர்க்கைவ்ஸில் பத்திரப்படுத்தப்பட்டுள்ளது.

தென்னிந்திய சினிமா வரலாற்றில் இன்றைக்கு இந்தப் படத்தின் படச்சுருள் மிக முக்கியமான இடத்தினை வகிக்கிறது. தென்னிந்தியாவில் தயாரிக்கப்பட்ட நூற்றுக்கும் மேற்பட்ட மௌனப் படங்களின் படச்சுருள் எதுவும் கிடைக்காமல் போன நிலையில், மார்த்தாண்டவர்மா படச்சுருள் மட்டுமே

பாதுகாக்கப்பட்டு வருகிறது. இந்த நிகழ்விற்குப் பிறகு இப்படியொரு சினிமா தயாரிக்கப்படவேயில்லை என்று சாதித்தவர்கள் எல்லாம் வாயடைத்துப் போனார்கள்.

இந்த சினிமாவில் கதாநாயகனாக நடித்த ஆண்டியைப் பற்றி கூறினால்தான் இந்த சரித்திரத்திற்கு ஒரு முழுமை கிடைக்கும்.

வழக்கு காரணமாக அனைத்தையும் இழந்த சுந்தர்ராஜ், படத்தில் நடித்தவர்களுக்கு உரிய சம்பளத்தை கொடுக்க முடியாத நிலையில் இருந்தார். கதாநாயகனாக நடித்த ஆண்டி கையில் காசில்லாமல், தன் சொந்த ஊருக்குச் செல்ல முடியாமல் திருவனந்தபுரத்தில் தவித்து கொண்டிருந்தார். அப்போது அவருக்கு ஒரு யோசனை தோன்றியது. தனது நடிப்பை பாராட்டி அரச குடும்பத்தினர் பரிசளித்த வெள்ளி வாளினை விற்க முயன்றார். திருவனந்தபுரம் சால பகுதியிலுள்ள ஒரு நகைக்கடைக்குச் சென்றிருக்கிறார். கடைக்காரர் வாளை திருப்பி, திருப்பி பார்த்தபோது ராஜமுத்திரையான சங்கு வாளில் பதிக்கப்பட்டிருப்பதை கண்டார். ஆண்டி அரண்மனையிலிருந்து வாளை திருடியிருக்க வேண்டும் என சந்தேகம் எழுந்ததால், போலீசுக்கு தகவல் கொடுத்தார். போலீஸார் ஆண்டியை கைது செய்து காவல் நிலையத்திற்கு கொண்டுச் சென்று நன்றாக அடித்திருக்கின்றனர்.

போலீஸார் அரண்மனை அதிகாரிகளை தொடர்பு கொண்டபோதுதான் உண்மையை தெரிந்து கொண்டனர். போலிஸாரின் பிடியிலிருந்து விடுவிக்கப்பட்ட ஆண்டி, அந்த வாளை விற்று தான் தன் சொந்த ஊருக்குப் போவதற்கான பணத்தினைப் பெற்றார்.

மலையாள சினிமாவிற்கு தொடக்கமிட்ட உறவினர்கள் இருவரின் கண்களிலிருந்து சிந்திய கண்ணீரின் உப்பில் உறைந்த அடித்தரையிலிருந்து தான் நமது சினிமாவை கட்டி எழுப்ப முடிந்தது என்பது சுந்தர்ராஜின் கதையை வாசிக்கும்போது உங்களுக்கு புரிந்திருக்கும். □

மார்த்தாண்டவர்மா படத்தின்
கதாநாயகி தேவகிபாய்

மார்த்தாண்டவர்மா படத்தின்
தயாரிப்பாளர் சுந்தர்ராஜ்

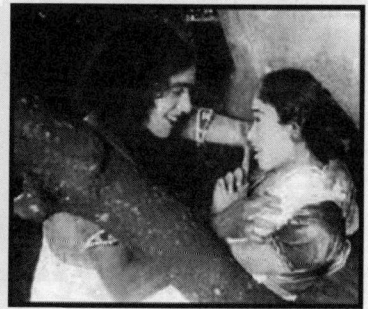
மார்த்தாண்டவர்மா படக்காட்சிகள் (1932)

மார்த்தாண்டவர்மா படப்பிடிப்புத்தளம், நாகர்கோவில்

தேவகிபாய் கல்லறை, திருவனந்தபுரம்

13. டேனியலுக்கு எதிரான சதிகள்

1960ஆம் ஆண்டுகளில், மலையாள சினிமாவின் தந்தை ஜே.சி. டேனியல்தான் என்று கூறி நான் பல கட்டுரைகளை எழுதி வந்தேன். அன்று எவரும் என் வாதத்தை ஏற்கவில்லை. பாலன் தான் மலையாளத்தின் முதல் சினிமா என்றும், அதனை தயாரித்த டி.ஆர். சுந்தரம்தான் மலையாள சினிமாவின் தந்தை என்றும் அனைவராலும் அங்கீகரிக்கப்படும் சமயத்தில்தான் நான் புதிய தகவல்களுடன் களத்தில் இறங்கியது. இதன் காரணமாக நான் எதிர்கொண்ட பழிசுமத்தல்களும், ஏளனங்களுக்கும் விமர்சனங்களுக்கும் எல்லையேயில்லை. அந்த அளவிற்கு பாலன் சினிமாவை குறித்த வாதங்கள் வேர்விட்டிருந்தன.

எத்தனையோ இரவுகள் நான் கண்விழித்து எழுதிய கட்டுரைகளில் உள்ள வாதத்தை அங்கீகரிக்க மறுத்ததுடன், அதிலுள்ள உண்மைகளை தேடுவதற்கும் யாரும் தயாராகவில்லை. அகஸ்தீஸ்வரத்தில் மலையாள சினிமாவின் தந்தை உயிருடன் இருக்கும் போதுதான் இந்த கூத்துகள் எல்லாம் அரங்கேறின என்பதை நினைவில் கொள்ள வேண்டும். ஏதோ தனிப்பட்ட விரோதம் தீர்ப்பது போன்று டேனியல் என்ற மனிதரிடம், அன்று மலையாள சினிமாவின் முக்கிய பிரமுகர்கள் பலர் நடந்து கொண்டனர்.

எனது மலையாள சினிமா வரலாற்று தேடுதலை உற்சாகப்படுத்தி, எனது வாதங்களை அங்கீகரிக்கத் தயாரானவர்கள் இருவர் மட்டுமே. ஒருவர் மெரிலாண்ட் ஸ்டுடியோ அதிபர் மதிப்பிற்குரிய பி. சுப்ரமண்யம். மற்றொருவர் மலையாள சினிமாவை ஏழு கடல்களுக்கு அப்பால் கொண்டு சென்ற அடூர் கோபாலகிருஷ்ணன். இருவரும் அந்த காலத்தில் எனக்களித்த ஊக்குவிப்புகளை எப்படி விவரிப்பது என்று தெரியவில்லை.

டேனியலை அங்கீகரிக்க மறுத்ததுடன், அவருடன் ஏதோ வைராக்கியம் தீர்ப்பது போன்று நடந்து கொண்ட இரு நபர்கள் உண்டு. ஒருவர் கேரளத்தின் முன்னாள் முதல்வர் கெ. கருணாகரன். மற்றொருவர் எழுத்தாளர் மலயாற்றூர் இராமகிருஷ்ணன். டேனியலின் தியாகங்களை நான் ஒன்று விடாமல் அவர்களிடம் சமர்ப்பித்தபோது, இருவரும் என்னை அவமதித்தனர். மலையாள சினிமாவின் தந்தை டி.ஆர்.சுந்தரம் தான் என்பது அவர்கள் இருவரது நிலைப்பாடாக இருந்தது. டேனியல் என்ற அந்த உயர்ந்த மனிதரை இருவ்ரும் ஏன் அங்கீகரிக்க மறுத்தார்கள் என்பதை என்னால் புரிந்து கொள்ள முடியவில்லை. டேனியலை பற்றி கட்டுரைகள் எழுதி, அவரை வெளியுலகுக்கு தெரியப்படுத்திய நான், இந்த இருவரின் எதிர்ப்புகளுக்கும் முன்னால் கீழடங்கி போகாமல் இருந்ததற்கான காரணம், சுப்ரமணியமும், அடூரும் தந்த தைரியம்தான்.

டேனியலை சதுப்பு குழியில் தாழ்த்துவதற்கான முயற்சிகளில் கேரள ஃபிலிம் சேம்பர் ஆஃப் காமர்ஸ் அமைப்பினரும் தங்களது பங்கினை செய்து கொண்டிருந்தனர். அதனை பற்றி இப்போது பார்ப்போம்.

1963ஆம் ஆண்டு மலையாள சினிமாவின் 25ஆவது ஆண்டு விழாவை மிகவும் ஆடம்பரமாக கொண்டாட கேரள ஃபிலிம் சேம்பர் தீர்மானித்திருந்தது. 1938ல் வெளிவந்த பாலன் தான் முதல் மலையாள சினிமா என்ற யூகத்தின் அடிப்படையில்தான் அவர்கள் இந்த முடிவிற்கு வந்தனர். அன்று நான் ஃபிலிம் சேம்பரின் எக்ஸிகியூட்டிவ் உறுப்பினராக இருந்ததால் இந்த தீர்மானத்தை கடுமையாக எதிர்த்தேன்.

பாலன் படத்தை மலையாளத்தின் மூன்றாவது சினிமாவாகத்தான் கணக்கில் எடுத்துக் கொள்ள வேண்டும் என்றும், 1930-ல் வெளிவந்த விகதகுமாரனை முதல் படமாகவும், 1933ல் சுந்தர்ராஜ் தயாரித்த மார்த்தாண்ட வர்மாவை இரண்டாவது சினிமாகவும் அங்கீகரிக்க வேண்டும் என்பதற்கான ஆதாரங்களை நான் சமர்ப்பித்தேன். சந்தேகம் உண்டு என்றால் அகஸ்தீஸ்வரத்திற்கு சென்று டேனியலை சந்தித்து பேசி அதன் அடிப்படையில் புதிய தீர்மானங்களை எடுக்கலாம் என்று நான்

கூறினேன். ஆனால் நான் தனித்து விடப்பட்டேன். என்னை ஆதரிக்க எவரும் முன்வரவில்லை. என் தனிமனித எதிர்ப்பை பொருட்படுத்தாமல் ஜீபிலி கொண்டாட்டங்கள் அரங்கேறின.

1970ஆம் ஆண்டு மலையாள சினிமா சந்திக்கும் பிரச்சனைகளை குறித்து ஆய்வு செய்ய ஒரு சிறப்பு கமிட்டி ஒன்றை ஏற்படுத்த அன்றைய அச்சுதமேனன் அரசு தீர்மானித்தது. முதலமைச்சர் அச்சுதமேனன் ஏற்படுத்தியிருந்த கமிட்டியில் நானும் அங்கம் வகித்திருந்தேன். அன்றைக்கு ஐ.ஏ.எஸ். அதிகாரியாக இருந்த மலையாற்றூர் இராமகிருஷ்ணன் தான் கமிட்டியின் தலைவர்.

கமிட்டியின் முதல் ஆலோசனை கூட்டத்தில், 1938ஆம் ஆண்டு வெளியான பாலன் படத்தின் மூலம் கேரளத்தில் சினிமா தயாரிப்பு தொடங்கியதாக மலையாற்றூர் தனது கருத்தினை முன் மொழிந்தார். உடனே நான் குறுக்கிட்டு, 1930ல் வெளியான விகதகுமாரன் படத்திலிருந்துதான் கேரளத்தில் சினிமா தயாரிப்பு தொடங்கியதாக பதிவு செய்ய வேண்டும் என்று குறிப்பிட்டேன். அப்போது பழைய கிரிமினல் வக்கீலான மலையாற்றூரின் மூளை மண்டலத்தில் குதர்க்கம் துளிர்விட்டது.

ஒரு மௌனப்படத்தை முதல் சினிமாவாக கணக்கில் எடுக்க முடியாது என்றார். நந்திராஜ் பால்கே தயாரித்த இராஜா ஹரிசந்திரா என்ற மௌனப்படம் இந்தியாவின் முதல் சினிமாவாக அங்கீகரிக்கப்பட்டிருக்கிறது. அதே அளவுகோலின் படி விகதகுமாரன் தான் மலையாளத்தின் முதல் சினிமா என்று நான் பதில் கூறியதும் அவருக்கு கோபம் பொத்துக் கொண்டு வந்தது. நீங்க எனக்கு பாடம் நடத்த வேண்டாம். நானும் படிச்சிட்டுத்தான் வந்திருக்கேன் என்றார் ஆவேசத்துடன். நானும் விடவில்லை. அப்படியென்றால் இந்திய சினிமாவின் தந்தையாக பால்கே ஏன் அங்கீகரிக்கப்பட்டார்? என்று நான் கேள்வி எழுப்பியபோது கூட்டத்தில் சலசலப்பு உண்டானது. கமிட்டி உறுப்பினர்கள் சிலர் தலையிட்டு நிலமையை கட்டுப்படுத்தினர்.

மலையாற்றூர் இராமகிருஷ்ணன் விட்டுக் கொடுக்க தயாராக இல்லை. 1938ஆம் ஆண்டு முதல் மலையாள சினிமாவின் தயாரிப்பு தொடங்கியதாக கமிட்டியின்

அறிக்கையில் குறிப்பிடப்பட்டிருந்தது. உண்மையை மறைத்து அறிக்கை எழுதியவர் மலையாற்றுரை தவிர வேறு எவரும் அல்ல.

இங்கே மேலும் ஒரு அனுபவத்தை கூறியாக வேண்டும். திருவனந்தபுரத்திலிருந்து வெளிவந்த மலையாளி பத்திரிகையின் ஆசிரியர் குழுவில் நான் அங்கம் வகித்திருந்தேன். காங்கிரஸ் தலைவராக இருந்த குட்டநாடு இராமகிருஷ்ண பிள்ளை தான் பத்திரிகையின் அதிபர். டேனியலைப் பற்றிய கட்டுரை ஒன்றை எழுதி அச்சிட கொடுத்திருந்தேன். அந்த சமயத்தில் குட்டநாடு இராமகிருஷ்ணபிள்ளை சபரிமலை தரிசனத்திற்கு சென்றிருந்தார். சபரிமலைக்கு சென்றுவிட்டு வந்த பிறகு தான் எனது கட்டுரையை படித்திருந்தார். உடனே என்னை அழைத்தார். யாரிடம் கேட்டு கட்டுரையை கொடுத்தீங்க? கோபத்துடன் கேட்டார். அதற்கு நான் ஒரு புன்சிரிப்புடன் நின்றிருந்தேன். அவரோ கத்தினார். கண்ட கண்ட மாப்ளாமாரை (கிறிஸ்தவரை) மலையாள சினிமாவின் தந்தை என்று சொல்ல உனக்கு வெட்கமில்லையா?

"பாலன்தான் முதல் சினிமா. அது உனக்கு தெரியுமா?" மீண்டும் அவரது கேள்வி.

"அதை தயாரித்த டி.ஆர்.சுந்தரம் ஒன்றும் நாயர் இல்லையே" என்று நான் கூறியவுடன் எழுந்து நின்று கத்தினார். ஷட்டப், கெட் அவுட் ராஸ்கல்.

நான் அறையைவிட்டு வெளியேறினேன். இரண்டு நாட்களுக்குப் பிறகு எனக்கு மெமோ அளிக்கப்பட்டது. பிறகு என்னை எர்ணாகுளம் நிருபராக பணி இடமாற்றம் செய்து உத்தரவு வந்தது.

காலம் கடந்து கொண்டிருந்தது. பின்னர் ஒருநாள் திருவனந்தபுரம் தலைமைச் செயலகத்திற்கு போக நேர்ந்தது. கேரள அரசின் சார்பாக ஒரு திரைப்பட ஸ்டுடியோவை தொடங்குவது குறித்து திட்டமிட ஒரு ஆலோசனை கமிட்டியை ஏற்படுத்தியிருந்தனர். நானும் அதில் ஒரு அங்கம். அன்றைக்கு ஒரு அமைச்சராக இருந்த கருணாகரனின் அறையில் வைத்துதான் கமிட்டியின் முதல் கூட்டம் நடந்தது. பாலன் என்ற சினிமா மூலம்தான் மலையாள சினிமா தொடங்கியது என்று

தனது உரையில் கருணாகரன் கூறினார். அப்போது நான் எழுந்து இது தவறான கருத்து. டேனியல் என்பவர் தயாரித்த விகதகுமாரன் படத்தை முதல் சினிமாவாக கணக்கில் எடுத்துக் கொண்டு, மலையாள சினிமாவின் வயதை நிர்ணயிக்க வேண்டும் என்றேன்.

அதற்கு கருணாகரன், 'நீங்கள் சொல்வது தவறு. மலையாளத்தில் வெளிவந்த ஆரம்பகால படங்கள் அனைத்தையும் நான் பார்த்திருக்கிறேன். இப்படியொரு சினிமாவை பற்றி யாரும் கூற கேட்டதும் இல்லை என்றார். டேனியல் என்று ஒருவரும் இல்லை'. கமிட்டியில் அங்கம் வகித்திருந்த மெரிலாண்ட் உரிமையாளர் சுப்பிரமணியம் கருணாகரனின் வாதத்தை தகர்த்தார்.

'அந்த சினிமாவை நான் பார்த்திருக்கிறேன். அந்த டேனியலையும் பார்த்திருக்கிறேன்'. கருணாகரன் சற்று பின்வாங்கிவிட்டு கண்ணை உருட்டி கேட்டார், 'இந்த டேனியல் எந்த ஊர்க்காரர்?'

அகஸ்தீஸ்வரத்துக்காரர் என்று நானும் சுப்ரமண்யமும் ஒரு சேர பதில் சொன்னோம். அதற்கு கருணாகரன், இந்த அகஸ்தீஸ்வரம் இருப்பது கேரளத்தில் அல்ல. தமிழ்நாட்டில். அவரது விவகாரத்தை தமிழ்நாடு அரசு பார்த்துக் கொள்ளும். தென் வாட்ஸ் த நெக்ஸ்ட்? என்று தந்திரமாக விஷயத்தை மாற்ற முனைந்தார். மொழி ரீதியாக மாநிலம் பிரிக்கப்பட்டபோதுதான் அகஸ்தீஸ்வரம் தமிழ்நாட்டுக்கு போனது என்பது கூட புரியாமல் கருணாகரன் பேசிக் கொண்டிருந்தார். அவர் டேனியலை வெளியேற்றிவிட்டு, வேறு யாருக்காகவோ வாதம் புரிகிறார் என்பதுதான் உண்மை.

பிறகு ஒரு நாள் தலைமை செயலகத்தில் அவருடைய அலுவலகத்திற்கு நேரடியாகச் சென்று ஒரு வேண்டுகோள் விடுத்தேன். டேனியலை புறக்கணிக்க கூடாது என்று. அப்போது அவருடைய பதில் 'நீங்க சொல்ற டேனியல் அகஸ்தீஸ்வரத்துக் காரர்தானே. இப்படி ஒரு ஆள் உயிரோடு இருந்தார் என்பதற்கு என்ன சாட்சி? இப்போ செத்து போயிருந்தால் புதைத்த இடத்திலிருந்து மண்ணு எடுத்து வா! அப்போ பார்க்கலாம்' என்று அலட்சியமாக கூறிவிட்டு அகன்றார். நானும் அறையை விட்டு வெளியே வந்தேன்.

டேனியலுக்கு வயோதிக கலைஞர்களுக்கான பென்ஷன் வழங்க வேண்டும் என்ற கோரிக்கையினை முன் வைக்கதான் கருணகரனை பார்க்கச் சென்றிருந்தேன். அதனை நான் கூறுவதற்கு முன்பே, அவர் துப்பாக்கியால் சுடுவது போன்ற வார்த்தைகளை உமிழ்ந்தார். அதன் பிறகு டேனியல் விஷயமாக ஒருபோதும் கருணாகரனை சந்திக்கச் சென்றதில்லை.

இப்படியாக மலையாற்றூர் இராமகிருஷ்ணனும், கருணாகரனும் சேர்ந்து அரசியல் தளத்திலும், குட்டநாடு இராமகிருஷ்ண பிள்ளை, ஃபிலிம் சேம்பர் ஆசாமிகள் என அனைவருமே டேனியலுக்கு துரோகம் இழைத்தனர். டேனியலை அதிகம் எதிர்த்தது கருணாகரன்தான். உண்மை ஒருபோதும் சாகாது என்ற மகத்துவத்தை பிற்காலத்தில் கருணாகரனுக்கு காண நேர்ந்தது.

மலையாள சினிமாவின் தந்தையாக டேனியல் அங்கீகரிக்கப் பட்டதையும், கேரள அரசால் வழங்கப்பட்டு வரும் மலையாள சினிமாவின் வாழ்நாள் சாதனையாளர் விருதுக்கு டேனியல் பெயர் சூட்டப்பட்டதையும் கருணாகரன் பார்க்க வேண்டிய சூழ்நிலை வந்தது. டேனியலின் தியாகத்தை கருத்தில் கொண்டு, டேனியலின் மனைவி ஜானட்டிற்கு கேரள அரசு பென்ஷன் வழங்க முடிவெடுத்த தகவலை அறிந்தபோது நான் மிகவும் மகிழ்ச்சியடைந்தேன்.

◼

ஜே.சி.டேனியலின் வாழ்க்கை வரலாற்று திரைப்படமான செல்லுலாய்ட் திரைப்பட பூஜையில் நடிகர்களுடன் ஜே.சி.டேனியலின் மகன் மற்றும் மகள், திருவனந்தபுரம்

ஜே.சி.டேனியலின் வாழ்க்கை வரலாறு, **செல்லுலாய்ட்** என்கிற பெயரில் திரைப்படமாகத் தயாரிக்கப்பட்டு அத்திரைப்படம் கேரள அரசின் 7 விருதுகளைப் பெற்றது. (2013)

மலையாள திரைப்பட உலகில் வாழ்நாள் சாதனையாளருக்கு வழங்கப்படும் ஜே.சி.டேனியல் விருது

14. டி.ஆர்.சுந்தரத்துடன் ஒரு சந்திப்பு

மலையாள சினிமாவின் தந்தையாக்கப்பட வேண்டியவர் ஜே.சி.டேனியல்தான் என்ற உண்மை நாளுக்கு நாள் தெளிவாகிக் கொண்டிருந்த சமயத்திலும், எனது வாதத்தை யாரும் அங்கீகரிக்க தயாராகவில்லை. அது மட்டுமின்றி இக்காரியத்தை நான் கூறும்போது பல பிரமுகர்களிடமிருந்து கேவலமான பதில்களையே எதிர்கொண்டேன். அந்த கூட்டத்தில் முதலாவதாக கெ.கருணாகரனும், மலையாற்றூர் இராமகிருஷ்ணனும் இருந்தார்கள் என்பதை முன்னரே குறிப்பிட்டேன்.

1972இல் வெளிவந்த சினிமாவின் சரித்திரம் என்ற எனது புத்தகத்தில் டேனியலைப் பற்றி எழுதியுள்ள விவரங்கள் அனைத்தும் சரிதானா? என்பதை குறித்து கண்டறிவதற்கு கூட ஒருவரும் தயாராகவில்லை. மலையாள சினிமாவின் தந்தை என்ற இடத்தில் சேலத்தைச் சேர்ந்த டி.ஆர். சுந்தரத்தை வைத்து பூசை செய்து கொண்டிருந்தார்கள். இதன் பின்னணியை தெரிந்து கொள்ளவும் முயன்றேன்.

சேலத்தில் வாழ்ந்து கொண்டிருந்த டி.ஆர்.சுந்தரத்தை நேரில் சந்திப்பதற்கு அனுமதி வேண்டி நான் ஒரு கடிதம் எழுதினேன். அதற்கு பதில் வரவில்லை. பிறகும் இரண்டு கடிதங்கள் போட்டேன். முதல் அனுபவம்தான் பதிலாக இருந்தது. மூன்று அனுபவங்களையும் குறிப்பிட்டு நான்காவதாக ஒரு கடிதம் எழுதினேன். அதற்கு அவர் பதில் அனுப்பியிருந்தார். காலமும் இடமும் கடிதத்தில் குறிப்பிடப்பட்டிருந்தது.

நிச்சயித்த நாளில் நான் சேலத்திற்கு சென்றேன். ஒரு யூரோப்பியன் பாணி நடைமுறைகளுடன் வாழுகின்ற சுந்தரத்தின் அலுவலகத்தில் அவருடைய தனிச் செயலாளரை பார்த்து விபரத்தை கூறினேன். அவர் உள்ளே சென்று விட்டு ஒரு துண்டு காகிதத்தை என்னிடம் தந்தார். காலை 11.20 முதல் 11.30

வரை பத்து நிமிட நேரம் எனக்காக ஒதுக்கப்பட்டிருப்பதாக அதில் குறிப்பிடப்பட்டிருந்தது. 11.20 ஆகும் சமயத்தில் ஒரு உதவியாளர் வந்து என்னை சுந்தரத்தின் அறைக்கு அழைத்துச் சென்றார்.

அற்புதமான வேலைப்பாடுகளுடன் கூடிய அறையில், சுழலும் நாற்காலியில் கோட்டும் டையும் அணிந்து உட்கார்ந்திருந்தார் டி.ஆர். சுந்தரம். எதிர்புறம் இருந்த நாற்காலியில் என்னை அமரச் சொன்னார். நான் அமர்ந்தேன். தனி விக்டோரியன் இங்கிலீசில், ஹவ் மெனி மினிட்ஸ் ஃபார் இன்டர்வியூ? என்றார். அட்லீஸ்ட் ஃபை டூ டென் மினிட்ஸ் என பதிலளித்தேன். பிற்பாடு அவரது பேச்சு தமிழ், மலையாளம், ஆங்கிலம் என மும்மொழிகளும் கலந்ததாக இருந்தது. அவர் புன்சிரிப்புடன் கேட்டார். ஒரு ஃபைவ், டென் மினிட்ஸிற் காகவா இவ்வளவு டிஸ்டன்ஸ் பணம் செலவு செய்து வந்தது?

நான் ஒன்றும் சொல்லவில்லை. அவர் கேட்டார், மலையாள சினிமாவின் தந்தை நீங்கள்தானா என்பதை விசாரிப்பதற்காகத்தானே வந்தீர்கள்?

நான் சற்றே வியந்தேன். எனது மனதில் உள்ளதை அவர் எவ்வாறு புரிந்து கொண்டார்? டேனியல்தான் மலையாள சினிமாவின் தந்தை என்று நான் எழுதிய கட்டுரைகளை அவர் படித்திருக்க கூடுமோ என்று ஊகித்தேன். அப்போது அறையில் மௌனம். அவர் லேசாக சிரித்தவாறு, 'நான் மலையாள சினிமாவின் தந்தையாக உரிமை கோரவில்லை. சிலர் அந்த நாற்காலியை எதற்காகவோ வேண்டி வலிந்து என் மீது திணித்தார்கள் என்பதுதான் உண்மை'.

திடீரென அவர் எழுந்து யுவர் டைம் ஈஸ் ஓவர் என்றார். நான் கிளம்ப வேண்டும் என்ற சிக்னலைதான் அவர் காட்டியிருக்கிறார் என்பதை புரிந்து கொண்டு இருக்கையில் இருந்து எழுந்தேன். விடைபெறும் சமயத்தில் அவரிடம் நான் கேட்டேன், 'நீங்கள் சொன்னதை பத்திரிகையில் நான் எழுதலாமா?' அவர் சிரித்தவாறே, 'ரொம்ப சந்தோஷம்'. தனி வணிக தந்திரங்கள் உள்ள மனிதர்தான் சுந்தரம் என்று அப்போது எனக்கு புரிந்தது.

அறையிலிருந்து வெளியே வரும்போது, அவருடைய தனிச்செயலர் எதிரே வந்தார். நான் அவரிடம் விடை கூறியபோது, அவர் சொன்னார், உங்க கட்டுரைகள் கொஞ்சம் அவர் கைக்கு கிடைத்தது. அப்போது ஒரு விஷயம் எனக்கு புரிந்தது. என்னைப் பற்றியும், எனது கட்டுரைகளைப் பற்றியும் நன்றாக தெரிந்து கொண்ட பிறகே, அவர் என்னுடனான நேரடி சந்திப்பிற்கு அனுமதி தந்திருக்கிறார். அதற்கேற்றார்போல் அவர் என்னிடம் நடந்து கொண்டார். அதுதான் அவருடைய வாணிப தந்திரம்.

என்னுடைய விசாரணையில் பல்வேறு தகவல்களை கூறக்கேட்டேன். டி. ஆர். சுந்தரமும், அவரது உறவினர்களும் மலையாள சினிமாவில் அதிக முதலீடு செய்திருந்தனர். அவர்களிடம் ஆதாயம் அடைந்தவர்கள்தான் மலையாள சினிமாவின் தந்தையாக அவரைக் கொண்டாடிக் கொண்டிருந்தனர்.

◼

சேலம் மாடர்ன் தியேட்டர்ஸ் டி.ஆர்.சுந்தரம்

சேலம் மாடர்ன் தியேட்டர்ஸ்

பத்திரிகைச் செய்தி

மலையாள மொழியில் தொடங்கப்பட்ட முதல் செய்தித்தாள் நஸ்ராணி தீபிகா. 1930ஆம் ஆண்டு அக்டோபர் மாத இறுதியில் வெளிவந்த இந்த இதழ் ஒன்றில் விகதகுமாரன் திரைப்படம் குறித்து எம்.கோபிநாத் என்பவர் ஒரு செய்திக்கட்டுரையை எழுதியிருக்கிறார். பழைய பண்டித மலையாளத்தில் எழுதப்பட்ட இந்த கட்டுரையை மொழிபெயர்த்து தந்தவர் **டி.வி.பாலசுப்ரமணியம்.**

திருவிதாங்கூர்காரர்கள் முதன்முதலாக தயாரித்த திரைப்படம்

– எம்.கோபிநாத்

திரு. ஜே.சி. டேனியலின் தயாரிப்பிலும் இயக்கத்திலும் திருவனந்தபுரம் பட்டத்தில் புதிதாக தொடங்கப்பட்டுள்ள தி திருவாங்கூர் நேஷனல் பிக்சர்ஸ் என்கிற திரைப்பட தயாரிப்பு நிறுவனம் தயாரித்துள்ள திருவிதாங்கூரிலே முதல் திரைப்படமான விகதகுமாரன் (தொலைந்து போன குழந்தை) சமீபத்தில் கேப்பிட்டல் திரை அரங்கில் திரையிடப் பட்டிருக்கிறது. இந்த அரங்கு திருவிதாங்கூரின் வேலையில்லாத் திண்டாட்டத்திற்கு ஒரு தீர்வாகும் என்பது சாதாரணமாக அதன் துவக்கத்திலேயே புரிய வந்துள்ளது. இந்த சிறப்பு வாய்ந்த திரைப்படம் கேரளத்திற்கு வெளியேயும் அனுப்புவதற்கு ஏற்ற விதத்தில் எடுக்கப்பட்டுள்ளது. இதனால் ஒரு நல்ல எதிர்காலத்தை எதிர்பார்க்கலாம்.

விஞ்ஞானம் அன்றாடம் வளர்ந்து கொண்டிருக்கும் நவீன காலத்தில் ஒவ்வொருவருக்கும் அனுகூலமான நடைமுறை திட்டங்களை உருவாக்குவதற்கு பெரிய சிரமம் என்று தோன்றவில்லை. இன்று மேலைநாடுகளில் குறிப்பிடத்தகுந்த நிலையை அடைந்திருக்கும் பிரதான துறைகளில் சிறிதும் முக்கியத்துவம் குறையாத ஒன்று திரைப்பட இயக்கம். எல்லையில்லாத வளர்ச்சியை அது வளர்ந்த நாடுகளில் அடைந்துள்ளது. இந்த துறை இந்தியாவிலும் அதிசயிக்கத்தக்க உணர்வுகளை உண்டாக்கியிருக்கிறது. ஆனால் கேரளத்தில் இதற்கு பெரிய முக்கியத்துவம் கொடுத்ததாக தெரியவில்லை. இந்த நிலையில் இந்த நவீன முயற்சியை சோதனை ரீதியில் தொடங்கி இருக்கும் திரு.டேனியலின் செயல்பாடுகளைப் பற்றி இளைஞர்கள் தெரிந்து கொண்டு இந்த தொழிலை நடைமுறைக்கு கொண்டுவர வேண்டியது அவசியமாகும்.

அரசு வேலை என்ற இருட்டிலிருக்காமல், நடிகர் நடிகைகளாகவும் மற்ற பணிகளிலும் முன்வந்து இந்த தொழிலை வளர்க்க வேண்டியது அவசியமாகும். நம்முடைய நாட்டின் வளர்ச்சிக்கு வெளிநாட்டிலிருந்து வரும் சினிமா ஒரு தடைக்கல்லாகும் என்பது சொல்லாமலேயே தெரியுமல்லவா. தன்னிறைவு பெற நம்முடைய சுயகால்களில் நிற்க வேண்டுமென்றால் தொழில்கள் எல்லாம் நம்முடையதாக இருக்க வேண்டும். தொழில்லை என்று கூச்சலிடும் இளைஞர்கள் இந்த விபரங்களுக்கு *J.C. Daniel, Travancore National Pictures, Pattam, Trivandrum* என்று எழுதி விபரத்தைப் பெற்றுக் கொள்ளலாம்.

விகதகுமாரன் என்ற புதிய திரைப்படத்தின் நாயகன் ஜே.ஸி.டேனியல் ஆவார். கதையின் ஒரு சிறிய சுருக்கம் இங்கே குறிப்பிடப்படுகிறது. கதை களம் திருவனந்தபுரமாகும். நிலப்பிரவுவான ராமச்சந்திரனின் ஒரே ஆண் வாரிசான சந்திரகுமாரன் குழந்தைப் பருவத்தில் எதிர்பாராமல் சந்தித்த கெட்ட கங்காணி பூதநாதன், அந்த பாலகனை கடத்திக் கொண்டு போய் சிலோனில் ஒரு தோட்டத்தில் வேலைக்காக தங்க வைக்கிறான். மகனைக் காணாமல் சங்கடப்படும் ராமச்சந்திரனையும், பாலனின் சகோதரியான சரோஜினியையும் பூதனாதனின் தூண்டுதலில் மோசமான புத்தியுள்ள விஷ்வமோகன் கஷ்டப்படுத்துகிறான். விஷ்வமோகன் சரோஜினி

மேல் காதல் கொள்கிறான். மேற்படிப்பிற்காக வெளிநாட்டிற்கு புறப்பட்ட ஜெயச்சந்திரன் யாத்திரையின் இடையில் எதிர்பாராது நிகழ்ந்த ஆபத்தினால், சந்திரகுமாரனின் அதிகார எல்லையிலுள்ள தோட்டத்தில் ஒரு வேலையாளாக சந்திரகுமாரனுடன் சேர்ந்து சிலோனில் வசிக்கிறார்.

கெட்டவனான பூதநாதன் கோபத்தில் சந்திரகுமாரனை மட்டம் தட்ட முயற்சிக்கிறான். உயிர் பயத்தில் குமாரனும் நண்பனும் திருவனந்தபுரத்திற்கு வருகின்றனர். விஷ்வமோகனின் எண்ணங்களுக்கு தடை போடுவது, ஜெயச்சந்திரனும் சரோஜினியும் காதல் பாசத்தில் சுற்றுவது, அத்தோடு தொடர்புடைய பிரச்சனைகள் இவைதான் கதையின் முக்கிய அம்சம். இறுதியில் காணாமல்போன சந்திரகுமாரனை தாய் தந்தையர் நேரில் கண்டு சந்தோஷத்தில் ஆழ்வதுடன் கதை முடிகிறது.

கதையும் நடனமும் நன்றாக இருக்கிறது. சற்று கவனம் செலுத்தினால் இதைவிட சிறந்த படத்தை எடுக்கலாம் என்பதை புரிந்து கொள்ளலாம். கதையின் உருவாக்கத்தில் முக்கியமாக கதையை நகர்த்தும் விதமாக, சிறப்பாக நம்மை ரசிக்க வைக்கும் விதத்தில் திருப்பங்கள் குறைவு என்று இலக்கிய விமர்சகர்கள் குறைபடலாம். என்றாலும் கதையின் வித்தியாசமான அம்சங்களின் அடிப்படையில் நவீன பார்வைப்படி, குறிப்பிடத் தகுந்த அம்சங்கள் இல்லை என்று பரிகாசம் செய்ய உரிமையில்லை என்று தோன்றுகிறது. திரைப்படம் இங்கேயும் தயாரிக்கலாம் என்றும் அது எவ்வளவு ரசிக்கத்தக்க விதத்தில் இருக்கும் என்றும் தனது தொடர்ச்சியான முயற்சியினால் நிரூபித்துள்ள திரு.டேனியல் குறிப்பிடத்தகுந்தவர்.

(இந்த கட்டுரை தீபிகா பத்திரிகை குழுமத்தால் வெளியிடப்படும் 'சினிமா', மார்ச் - 9 - 2013, மலையாள வார இதழில் மறுபிரசுரம் செய்யப்பட்டுள்ளது.)

நினைவலைகள்

சென்னை திரைப்பட பள்ளிக்காக ஜே.சி.டேனியலைக் குறித்து ஆவணப்படம் ஒன்று தயாரிக்கப்பட்டது. டேனியலுடன் தொடர்புடையவர்கள் சிலரை ஆவணப் படத்திற்காக நேர்காணல் செய்திருந்தோம். இதுவரைக்கும் பதிவாகாத பல புதிய தகவல்கள் அவர்களிடமிருந்து கிடைத்தன. அவற்றை இங்கே தொகுத்திருக்கிறோம்.

திரு. ஹாரீஸ் டேனியல்
(டேனியலின் மகன், சேலம்)

விகதகுமாரன் படத்தின் கதை இலங்கையிலும் நிகழ்வது போன்று சித்தரிக்கப்பட்டிருந்ததால், இலங்கையிலும் படப்பதிவு செய்யப்பட்டிருந்தது. இது சம்பந்தமாக அப்பா இரண்டு தடவை இலங்கைக்கு சென்றிருந்தார். எனது பெரியப்பா ராசையா டேனியல் இலங்கையிலுள்ள எட்டயாம் தோட்டா எனுமிடத்தில் சிறியளவில் தேயிலை தோட்டம் வைத்திருந்தார். அவர்தான் இலங்கையில் படப்பதிவு நடத்துவதற்கு உதவிகளை செய்திருக்கிறார். அந்த காலத்தில் தனுஷ்கோடி வழியாகத்தான் இலங்கைக்குச் செல்ல முடியும்.

அப்பா முதல் தடவை சூட்டிங் நடத்துவதற்கான இடங்களைத் தேர்வு செய்வதற்காக சென்றிருந்தார். இரண்டாவது தடவை படப்பதிவிற்காக நடிகர்களையும் அழைத்துச் சென்றிருக்கிறார். எனது அம்மாவின் சகோதரர்களான ரிச்சர்ட்சிங், வில்சன் சிங் ஆகிய இருவரையும் கொழும்புக்கு அழைத்துச் சென்றிருந்தார். கொழும்பில் ஒரு விடுதி மேலாளராக வில்சன் சிங் இந்தப் படத்தில் நடித்திருந்தார்.

கதாநாயகியாக நடித்த ரோசி சமூக அவமதிப்பு காரணமாகவே ஊரை விட்டுச் சென்று விட்டதாக அப்பா கூறியிருக்கிறார். நாகர்கோவிலில் பயோனியர் நிறுவனத்தால் பஸ் மற்றும் லாரி சர்வீஸ்கள் நடத்தப்பட்டு வந்தன. அந்த நிறுவனத்தில் பணிபுரிந்த ஓட்டுநர் ஒருவருடன் தான் ரோசி சென்றிருக்கிறார். நாயர் சமூகத்தினரின் அச்சுறுத்தல் காரணமாகத்தான் ரோசி ஓடிவிட்டதாக அப்பா என்னிடம் சொன்னதில்லை.

காரைக்குடி மற்றும் புதுக்கோட்டையில் பல் மருத்துவராக இருந்தபோது தங்கப்பல் பொறுத்தும் பணியையும் செய்து வந்தார். தங்கப்பல் செய்வதற்காகவே ஒரு பொற்கொல்லறை தனது கிளினிக்கில் பணிக்கு அமர்த்தியிருக்கிறார். அந்த வட்டாரத்தைச் சேர்ந்த வசதிபடைத்த செட்டியார்கள் தங்கப்பல் வைத்துக் கொள்வதில் ஆர்வம் கொண்டிருந்தனர்.

புதுக்கோட்டையில் அப்பா இருந்தபோது பி.யூ.சின்னப்பா அடிக்கடி எங்கள் வீட்டிற்கு வருவார். நான் அவரது மடியில் ஏறி விளையாடியிருக்கிறேன். அவரோடு சேர்ந்து தமிழ் சினிமா எடுக்க போடப்பட்ட திட்டம் நிறைவேறவில்லை. அதற்கான காரணம் என்னவென்று எனக்கு தெரியவில்லை. அப்பா எப்போதுமே தனது திட்டங்களை ரகசியமாகவே வைத்திருப்பார். வெளியில் அதிகம் சொல்ல மாட்டார்.

அகஸ்தீஸ்வரம் புத்தம் வீட்டில் அப்பா உயிரோடு இருந்தது வரைக்கும் எந்த சட்டப் பிரச்சனையும் இருந்ததில்லை. அவர் இறந்த பிறகுதான் வழக்கு போடப்பட்டு அந்த வீட்டுமனை ஏழு பாகங்களாக பிரிக்கப்பட்டது. அப்பாவின் இறுதிமூச்சுவரை அவர் தனக்கும் பாத்தியப்பட்ட அவர் தந்தை கட்டிய சொந்தவீட்டில்தான் வசித்து வந்தார்.

நான் ஆயுள் காப்பீட்டு கழகத்தில் பணிபுரிந்து வந்தேன். கடைசியாக சேலத்தில் பணிபுரிந்து ஓய்வு பெற்றதால், இங்கேயே வசித்து வருகிறேன்.

திருமதி. லலிதா ஹென்றி ஜான்

(டேனியலின் இளைய மகள், திருவனந்தபுரம்)

அப்பா சினிமா எடுத்து ஒரு ஆண்டிற்கு பிறகு தான் நான் பிறந்தேன். மதுரையில் பல் மருத்துவராக பணிபுரிந்து கொண்டிருந்த காலத்தில் நாங்களும் மதுரையில்தான் இருந்தோம். ஒரு நாள் வீட்டிலிருந்த பெட்டி ஒன்றில் கொஞ்சம் ஃபிலிம் சுருள்கள் இருந்ததை பார்த்தோம். நானும் தம்பியும் அவற்றை எடுத்து உருட்டி உருட்டி விளையாடுவோம். எனது அண்ணன் சைக்கிள் ஓட்டி விளையாடுவது போன்ற காட்சி ஒன்றும் அதில் இருந்தது.

அந்த ஃபிலிமை எரிக்கும்போது ஸூ என்று வரும் சத்தம் எங்களை கவர்ந்ததால், அவற்றை தீயிட்டு கொளுத்தி விளையாடுவோம். நானும் தம்பி ஹாரிஸூம் சேர்ந்து அந்த ஃபிலிம் அனைத்தையும் அழித்துவிட்டோம். நாங்கள் ஃபிலிமை எரித்தபோது அம்மா தடுக்கவில்லை. அப்பா எடுத்த சினிமாவைப் பற்றி வீட்டில் எதுவும் பேசிக் கொண்டதில்லை.

புதுக்கோட்டை, காரைக்குடி, திருச்சி ஆகிய இடங்களிளெல்லாம் அப்பா பல் மருத்துவராக பணிபுரிந்திருக்கிறார். புதுக்கோட்டையில் இருந்தபோது பி.யூ.சின்னப்பா அடிக்கடி வீட்டிற்கு வருவார். அப்பாவும் அவரும் ஒரு தனி அறையில் சினிமா பற்றி பேசிக் கொண்டிருப்பார்கள். சிறுவயதில் அப்பா எங்களையெல்லாம் சினிமா பார்க்க கூட்டிச் செல்வார். கதை புத்தகங்கள் படிக்க வாங்கித் தருவார். அப்பா க்ாங்கிரஸ் அனுதாபியாக இருந்தாலும் தி.மு.க.தலைவர்களது பேச்சுகளையும் எழுத்துக்களையும் விரும்பி ரசிப்பார்.

நாங்கள் எல்லோரும் வளர்ந்த பிறகு அப்பா சொந்த ஊருக்கு வந்துவிட்டார். நெய்யாற்றின்கரையில் கிளினிக் போட்டிருந்தபோது, திருவனந்தபுரத்தை சேர்ந்த ஹென்றி ஜான் என்பவருடன் எனக்கு திருமணம் ஆனது. எனது கணவர் கேரள அரசின் தலைமை செயலகத்தில் பணி புரிந்து வந்தார். அவர் ஆங்கிலப் படங்களைத்தான் விரும்பி பார்ப்பார். மார்த்தாண்ட வர்மா சினிமாவை தயாரித்த சுந்தர்ராஜை ஒரு திருமண விழாவில் வைத்து பார்த்திருக்கிறேன். இன்றைக்கு அப்பா மலையாள சினிமாவின் தந்தையாக போற்றப்படும் சமயத்தில்தான் நாங்கள் அழித்த ஃபிலிம் சுருளின் அருமையும் பெருமையும் தெரிகிறது.

திரு. குமார் சாலமன்,
(டேனியலின் உறவினர், அகஸ்தீஸ்வரம்)

எங்கள் முன்னோர்கள் சாத்தான் குளத்திலிருந்து இடம் பெயர்ந்து சாந்தபுரத்தில் குடியேறி பின்னர் அகஸ்தீஸ்வரத்திற்கு குடிபெயர்ந்ததாக கூறுவர். ஜே.சி.டேனியல் சினிமா எடுத்தபோது அவரது தாயார் கடுமையாக எதிர்ப்பு தெரிவித்திருக்கிறார். புராட்டஸ்டன்ட் கிறிஸ்தவர்களை பொறுத்தவரையில் நாடகம், சினிமா போன்ற பொழுதுபோக்கு அம்சங்களை தீங்காக பார்க்கக்கூடிய மனோபாவத்தில் அன்று இருந்தனர். அகஸ்தீஸ்வரத்திலிருந்த புத்தம் வீட்டிலும் டேனியல் படப்பதிவு செய்திருந்ததாக கூறுவர்.

அகஸ்தீஸ்வரத்தில் குடியேறிய பின்பு டேனியல் மருத்துவ தொழிலில் அதிக ஈடுபாடு காட்டவில்லை. வியாபார நாட்டம் அதிகமாக இருந்தது. முந்திரி பருப்புகளை (அண்டி) பக்கத்து ஊர்களிலிருந்து வாங்கி வந்து, ஆட்களை வைத்து உடைத்து பக்குவப்படுத்தி வியாபாரிகளுக்கு விற்று வந்தார். கோடை காலங்களில் நன்னாரி வேரிலிருந்து சர்பத் தயாரித்து கடைகளுக்கு விநியோகம் செய்திருக்கிறார். ஜிம்கானா கிளப்பை நடத்திக் கொண்டிருந்த காலத்தில், கொட்டாரம் அருகே ஒரு தென்னந்தோப்பில் பங்கஜம் டாக்கீஸ் என்ற பெயரில் ஒரு கொட்டகை போட்டிருந்தார். அங்கே வெளியூர்களிலிருந்து நாடகம் மற்றும் நடனக் குழுக்களை வரவழைத்து டிக்கெட் போட்டு கலை நிகழ்ச்சிகளை நடத்துவார். இவ்வாறு அடிக்கடி தனது தொழிலை மாற்றிக் கொண்டே இருப்பார்.

ஜானட் பாட்டி சிறு பிள்ளைகளுக்கு அருமையாக பாட்டு சொல்லி தருவார்கள். அவரது தாத்தா மோசஸ் வல்சலம், தந்தையார் ஜோயல் சிங் ஆகியோரெல்லாம் அக்காலத்தில் சிறந்த பாடகர்களாக விளங்கினர். ஜானட் பாட்டி திருவனந்தபுரத்திலுள்ள தனது மகள் வீட்டிற்கு சென்றிருந்த சமயத்தில் மரணமடைந்ததால், அவரது உடலை அங்கேயே அடக்கம் செய்துவிட்டனர்.

குமரி அனந்தனின் தாய்மாமா ஆறுமுகம் மதுரையில் டேனியலிடம் உதவியாளராக இருந்து, பின்னர் தனியாக பல் மருத்துவ சிகிச்சை அளித்து வந்தார். இந்த சுற்றுவட்டாரத்தில் பலர் டேனியலிடம் சிலம்பம் கற்றிருக்கின்றனர்.

தனது கடைசிகாலத்தில் சுமார் 6 வருடங்கள் டேனியல் நோய்வாய்ப்பட்டிருந்தார். 1975ஆம் ஆண்டு ஏப்ரல் மாதம் 27ஆம் தேதியன்று அவர் மரணமடைந்தார். இதனை எனது டைரியில் குறித்து வைத்திருக்கிறேன். அவர் இறந்து சுமார் 20 ஆண்டுகளுக்குப் பிறகுதான் கல்லறை கட்டப்பட்டது. அப்போது அதில் பதிக்கப்பட்ட கல்வெட்டில் ஏப்ரல் மாதம் 29ஆம் தேதியன்று இறந்ததாக தவறுதலாக குறிக்கப் பட்டுவிட்டது. கல்வெட்டில் குறிக்கப்பட்ட தேதியே பத்திரிகைகளிலெல்லாம் குறிப்பிடப்பட்டு வருகிறது. எனவே சரியான தேதியுடன் புதிதாக ஒரு கல்வெட்டு வைப்பதற்கு திட்டமிட்டிருக்கிறோம்.

திருமதி. ஜேனட் பூர்ண சந்திரிகா

(டேனியலின் பேத்தி, நாகர்கோவில்)

எனது தாயார் சுலோச்சனா ஜே.சி.டேனியலின் மூத்த மகள் ஆவார். எனது தாயாருக்கு சிறு வயதிலிருந்தே இலக்கிய ஈடுபாடு அதிகம் உண்டு. 1947 முதல் 1950 வரையிலான காலகட்டத்தில் குமுதம் பத்திரிகையில் அவரது கதைகள் வெளிவந்திருக்கின்றன. திருமணத்திற்கு பிறகு சுலோச்சனா ஜஸ்டின் என்ற பெயரில் கதைகள் எழுதிவந்தார். 1960ஆம் ஆண்டுகளின் தொடக்கத்தில் கலைமகள் பத்திரிகையில் அவரது கதைகள் வெளிவந்திருக்கின்றன. பகைக்கு அப்பால் என்ற கதைக்கு பரிசும் கிடைத்திருக்கிறது. அவர் எழுதிய வாழ்வின் நிழல் என்ற நாவல் மட்டுமே தற்போது என்னிடம் பத்திரமாக உள்ளது.

ஜே.சி. டேனியலின் மகள்கள் மூவருமே நல்ல அழகாக இருப்பார்கள். தாத்தா கரைக்குடியில் இருந்தபோது ஏ.வி.எம். ஸ்டுடியோ நிர்வாகிகளிடமிருந்து இந்த சகோதரிகளுக்கு சினிமாவில் நடிக்க அழைப்பு வந்திருக்கிறது. ஆனால் தாத்தா கடுமையான எதிர்ப்பு தெரிவித்து நடிக்க வைக்க மறுத்துவிட்டார்.

தாத்தாவை கடைசிகாலத்தில் பாட்டி மிகவும் நல்ல முறையில் கவனித்துக் கொண்டார்கள். அவர் இறப்பதற்கு சில மாதங்களுக்கு முன்பு, மத்திய அரசிடமிருந்து ஆயிரம் ரூபாய் நிதியுதவி வழங்குவதற்கான அறிவிப்பு ஒன்று வந்தது. எங்களது குடும்பத்தைச் சேர்ந்த ராஜநாயகம் டேனியல் என்பவர் டெல்லியில் மத்திய அரசின் செயலகத்தில் பணிபுரிந்து வந்தார். அவரது முயற்சியால்தான் இந்த நிதியுதவி கிடைத்தது. இந்த தகவலை பாட்டி தாத்தாவிடத்தில் கூறியபோது அவரது கண்களிலிருந்து கண்ணீர் வழிந்தோடியிருக்கிறது. அப்போது அவரால் எதுவும் பேச முடியாத நிலையில் இருந்தார்.

திரு. டேவிட்சன்

(டேனியலின் உறவினர், அகஸ்தீஸ்வரம்)

எனது ஊரில் டேனியலைப் போன்று நல்ல திடகாத்கரமான உடலமைப்பு கொண்ட வேறொருவரை நான் பார்த்ததேயில்லை. சிலம்பாட்ட பயிற்சியை தொடர்ந்து செய்து வந்ததால் இதுபோன்ற முறுக்கேறிய உடலமைப்பை பெற்றிருக்கக் கூடும். நான் ஒரு கல்லூரியில் உடற்கல்வி இயக்குநராக பணிபுரிந்து வந்தவன் என்ற முறையிலே அவரது உடலமைப்பு எனது கவனத்தை எப்போதும் ஈர்த்து வந்துள்ளது.

அவர் எப்போதுமே நல்ல தூய்மையான ஆடைகளைத்தான் அணிந்திருப்பார். அவரது பிள்ளைகள் எவரும் ஊரில் இல்லாததால் எங்களையெல்லாம் அவரது பிள்ளைகள் போல் பாவித்துக் கொள்வார். நான் ஒரு தடவை மட்டுமே அவரது சினிமா தயாரிப்பு குறித்து அவரிடம் கேட்டிருக்கிறேன். பேசும்படம் வந்துவிட்டதால் தனது மௌனப்படம் எடுபடாமல் போய்விட்டதாக கூறியிருந்தார்.

எங்கள் ஊரில் நிகழ்ந்த ஒரு சம்பவத்தை கூறுகிறேன். அகஸ்தீஸ்வரம் பேருந்து நிறுத்தத்தில் வைத்து ஒரு பஸ் டிரைவருக்கும், சில கல்லூரி மாணவர்களுக்குமிடையே ஒரு தடவை தகராறு ஏற்பட்டுவிட்டது. மாணவர்கள் சிலர் டிரைவரை அடிக்க முயன்றபோது, டேனியல் தனது கையிலிருந்த சிலம்ப கம்பை டிரைவரை நோக்கி வீசியிருக்கிறார். அந்த கம்பைக் கொண்டு சிலம்பம் ஆடி மாணவர்களை டிரைவர் துரத்திவிட்டார். காயம் அடைந்த மாணவர்கள் கல்லூரிக்கு வந்து விஷயத்தை கூறவே, சக மாணவர்களெல்லாம் சேர்ந்து வன்முறையில் இறங்கிவிட்டனர். அந்த வழியே சென்ற அரசு பேருந்துகளையும், அருகாமையிலிருந்த கடைகளையும் கல்வீசி தாக்கினர். டேனியல் அந்த கம்பை வீசியிருக்காவிட்டால், அந்த டிரைவர் நிச்சயம் அடி வாங்கியிருப்பார். அனேகமாக அந்த டிரைவர் டேனியலிடம் சிலம்பம் படித்தவராக இருந்திருக்க வேண்டும்.

கொட்டாரத்தில் நிகழ்ந்த ஒரு சம்பவத்தைப் பற்றி ஊரில் மற்றவர்கள் பேசக் கேட்டிருக்கிறேன். கொட்டாரத்தில் வசித்து வரும் ஒரு குறிப்பிட்ட சாதியினர் முந்தைய காலங்களில் தங்கள் தெருக்களில் பிற சாதியினர் செருப்பு அணிந்து

செல்வதை அனுமதிக்க மாட்டார்கள். எங்கள் ஊரைச் சேர்ந்த சில இளைஞர்கள் அத்தெருவின் வழியே செருப்பணிந்து சென்றபோது தகராறு ஏற்பட்டுவிட்டது. தகவல் அறிந்தவுடன் டேனியலும், அவரது நண்பர்களும் சிலம்ப கம்புகளுடன் சென்று அங்கே சண்டை போட்டதாக கூறுவர். அவர் ஒரு தனித்துவமான ஆளுமையாக எங்கள் ஊரில் வலம் வந்து கொண்டிருந்தார்.

டேனியல் கடைசி காலத்தில் வறுமையில் உழன்று இறந்ததாக கேரளாவில் பத்திரிகையாளர்கள் எழுதுவதாக கேள்விப்பட்டேன். பொருளாதார நெருக்கடி என்பது எல்லோருக்கும் ஏற்படக்கூடிய ஒன்றுதான். கடைசிகாலத்தில் பக்கவாதத்தால் பாதிக்கப்பட்டு சிரமப்பட்டு இறந்ததை வறுமை என்று கூறுவது சரியல்ல.

எங்களது முன்னோர்கள் கல்வியில் சிறந்து விளங்கினர். எனது தாத்தா எம்.டி.சாலமன் ஆங்கிலேயர்களிடமிருந்து மருத்துவம் படித்து, மருத்துவ சுவிசேஷகராக பணிபுரிந்து வந்தார். நூல்களை படிப்பதில் அவருக்கு ஆர்வம் அதிகம். 1908ஆம் ஆண்டு குடிப் பழக்கத்திற்கு எதிராக 'மது கண்டன மாலை' என்ற கவிதை நூலினை எழுதி வெளியிட்டிருக்கிறார். அவரது சகோதரர் எம்.டி.டேனியல் ஆங்கில மொழியில் கவிதை எழுதும் புலமை பெற்றிருந்தார். திருவாங்கூர் டைம்ஸ் பத்திரிகையில் ஆசிரியராகவும் பணிபுரிந்திருக்கிறார்.

என்.செல்லப்பா

(இலக்கிய ஆர்வலர், கொட்டாரம்)

நான் பத்தாம் வகுப்பு படித்த காலத்தில் டேனியலைக் கண்டிருக்கிறேன். கொட்டாரத்தில் அவர் ஜிம்கானா கிளப் என்ற பெயரில் சிலம்பாட்ட அடிமுறைகளை கற்றுக் கொடுத்து வந்தார். இளைஞர்கள் பலர் அவரிடம் சிலம்ப பயிற்சி பெறுவதை பார்த்திருக்கிறேன்.

வெள்ளைநிற அரைக்கால் சட்டையணிந்து ஒரு சைக்கிளில்தான் அவர் கொட்டாரத்திற்கு வருவார். கையில் எப்போதும் ஒரு பிரம்பு கம்பு வைத்திருப்பார். அவரிடம் பேசுவதற்கு மற்றவர்கள் பயப்படுவர். அவருக்கு எதிராக ஏதேனும் பேசிவிட்டால் அடித்துவிடுவார். அவர் ஒரு புதிரான மனிதராகவே எனக்கு தென்பட்டார்.

ஒரு கிறிஸ்தவ உபதேசியாரை அவர் அடித்துவிட்டதாக எனது உறவினர் ஒருவர் கூறியிருந்தார். அவரது தேவாலயத்தில் பிரசங்கம் செய்து வந்த உபதேசியார், பிற மத தெய்வங்களைப் பற்றி அவமதிப்பதாக பேசியிருக்கிறார். கூட்டம் முடிந்தவுடன் டேனியல் அவரிடம் சென்று இனிமேல் பிற மதத்தவரைப் பற்றி பேசக்கூடாது என்று கண்டிப்புடன் கூறியிருக்கிறார். ஆனால் அடுத்த வாரமும் அந்த உபதேசியார் முன்பு போலவே பேசியிருக்கிறார். கோபமடைந்த டேனியல் அந்த உபதேசியாரின் சட்டையைப் பிடித்து அடித்ததாக கூறுவர்.

அவர் கிறிஸ்தவ மார்க்கத்தில் நம்பிக்கை கொண்டிருந்தவர். சமூக நல்லிணக்கத்திற்கு விரோதமான செயல்கள் நடைபெறக்கூடாது என்பதிலும் உறுதியாக இருந்திருக்கிறார். பொதுவாக அவர் ஒரு இடத்திற்கு வந்துவிட்டால் அங்கு நிசப்தம் நிலவும். அதற்கு அவரது கையிலிருந்த கம்புதான் காரணம்.

இன்றைக்கு டேனியலுக்கு கிடைத்திருக்கும் புகழை பார்க்கும்போது, உண்மையில் அவர் ஒரு சாதனையாளருக்கான தகுதியைப் பெற்றிருந்தார் என்றே நம்புகிறேன். அவர் சினிமா எடுத்த விபரங்களையெல்லாம் சமீபத்தில்தான் பத்திரிகைகளில் படித்து தெரிந்து கொண்டேன்.

வே. நாராயண பெருமாள்
(பாடகர், அகஸ்தீஸ்வரம்)

குமரி மாவட்ட இணைப்பு போராட்டத்தை நடத்தி வந்த திருவாங்கூர் தமிழ்நாடு காங்கிரஸ் கட்சி தொடங்கப்பட்ட காலத்திலேயே அதில் உறுப்பினராக இருந்து வந்திருக்கிறேன். நான் ஒரு பாடகராக இருந்ததால் அக்கட்சியின் பொதுக்கூட்டங்களில் என்னை முதலில் பாடச் சொல்வார்கள்.

செல்லையாவுக்கு ஆடல், பாடல் போன்றவற்றில் அதிக ஈடுபாடு இருந்ததால், அவருடன் எனக்கு இயல்பாகவே நட்புணர்வு தோன்றிவிட்டது. ஆனால் அவர் ஒரு முன்கோபி. வசதியும் கல்வியும் வாய்க்கப்பெற்ற குடும்பத்தைச் சேர்ந்தவராக இருந்ததால் கொஞ்சம் மிடுக்காகவே நடந்து கொள்வார்.

அவர் சினிமா எடுத்தபோது, எங்கள் ஊரைச் சேர்ந்த சிலம்பாட்ட வீரரான சங்கர நாராயண வடிவு என்ற தங்கையாவை அந்த படத்தில் நடிக்க வைத்திருந்தார். ஒரு வீட்டு வேலைக்கார பெண்ணை தனது படத்தில் கதாநாயகியாக நடிக்க வைத்ததாகவும், அதனால் அவளை சமூகத்தைவிட்டு விலக்கி வைத்துவிட்டதாகவும் கூறியிருக்கிறார்.

படம் எடுத்து நஷ்டப்பட்டு பின்னர் பல் மருத்துவராக மாறிவிட்டார். கடைசி காலத்தில் கொஞ்சம் கஷ்டப்பட்டார். அவர்மீதே அவருக்கு ஒரு வெறுப்புணர்வு இருந்து வந்தது.

திரு. கவடியார் தாஸ்
(திரைப்பட இயக்குநர், திருவனந்தபுரம்)

1991ஆம் ஆண்டு கேரள மாநில கலாச்சாரத் துறை அமைச்சராக இருந்த டி.எம்.ஜேக்கப் ஒரு அறிவிப்பினை வெளியிட்டிருந்தார். அதாவது, மலையாள சினிமாவின் வாழ்நாள் சாதனையாளர் விருது ஒன்று கேரள அரசால் ஆண்டுதோறும் வழங்கப்பட இருப்பதாகவும், அதற்கு திரைப்படத் துறையில் சாதனைப்படைத்த ஒருவரின் பெயரை சூட்ட இருப்பதாகவும் அறிவிப்பு வெளியானது. இந்த விருதுக்கு யாருடைய பெயரை சூட்டலாம் என்பது குறித்து பொதுமக்களிடம் கருத்து தெரிவிக்குமாறு போட்டி ஒன்றும் நடத்தப்பட்டது. தேர்வு செய்யப்படும் நபரின் பெயரை பரிந்துரைப்பவருக்கு ரூ.3,000 பரிசும் அறிவிக்கப்பட்டது. மலபாரைச் சேர்ந்த முஸ்லிம் இளைஞர் ஒருவர் ஜே.சி.டேனியலின் பெயரை பரிந்துரைத்து போட்டியில் வெற்றி பெற்றார். இதனையடுத்து 1992ஆம் ஆண்டு முதல் ஜே.சி. டேனியல் விருது வழங்கப்பட்டு வருகிறது. அந்த சமயத்தில் கெ.கருணாகரன்தான் முதலமைச்சராக இருந்தார்.

ஒரு தமிழனை மலையாள சினிமாவின் தந்தையாக அங்கீகரித்திருப்பதற்கு மலையாளிகளிடம் கொஞ்சம் கடுப்புணர்வு இருக்கத்தான் செய்கிறது. டேனியலை ஒரு தமிழராகவோ, மலையாளியாகவோ பார்க்கக்கூடாது. பழைய திருவாங்கூர்காரராகத்தான் பார்க்க வேண்டும்.

கடந்த 2003ஆம் ஆண்டு விகதகுமாரன் படத்தை நான் ரீமேக் செய்தேன். வசனங்கள், பாடல்கள், பின்னணி இசையுடன் கூடிய ஒன்றரை மணி நேரம் ஓடக் கூடிய படம் அது. இந்தப் படத்தை நானே தயாரித்து இயக்கினேன். இதனை தமிழிலும் வெளியிட விரும்புகிறேன்.

நாகவள்ளி ஆர்.எஸ்.குறுப் என்ற எழுத்தாளர் டேனியலின் விகதகுமாரன் படத்தை இளம்வயதில் பார்த்திருக்கிறார். அவர் சொன்ன காட்சி அமைப்புகளையும், டேனியல் ஆங்கிலத்தில் அச்சடித்து வெளியிட்டிருந்த கதைச் சுருக்கத்தையும் அடிப்படையாக வைத்துதான் புதிய விகதகுமாரனுக்கு காட்சிகளை வடிவமைத்திருந்தேன்.

ஜெ. டார்வின்
(பேராசிரியர், திருவனந்தபுரம்)

திருவனந்தபுரம் காமராஜ் ஃபவுண்டேஷன் ஆஃப் இந்தியா (KFI) அமைப்பின் சார்பில் கடந்த 2001ஆம் ஆண்டு ஜே.சி.டேனியல் நூற்றாண்டு விழா கொண்டாடப்பட்டது. இந்த விழா கமிட்டியின் சார்பில் ஜே.சி.டேனியலைப் பற்றி ஒரு புத்தகம் வெளியிட முடிவு செய்யப்பட்டு, என்னை எழுதித் தருமாறு கேட்டனர். நான் பழைய பத்திரிகை செய்திகளைக் கொண்டு 'மலையாள சினிமாயுடெ பிதாவ்' நூலினை எழுதினேன்.

டேனியலைப் பற்றிய விபரங்களை முதன் முதலில் வெளிக்கொண்டு வந்தவர் சேலங்காடு கோபாலகிருஷ்ணன்தான். அதன் தொடர்ச்சியாக நிருபர்கள் மணர்க்காடு மாத்யு, வினு மாத்யு, குன்னக்குழி மணி போன்றவர்களெல்லாம் டேனியலை அகஸ்தீஸ்வரத்திற்கு சென்று சந்தித்து பேட்டி கண்டனர்.

12.4.1987 தேதியிட்ட இந்தியன் எக்ஸ்பிரஸ் நாளிதழின் திருவனந்தபுரம் பதிப்பில் ராஜி கிருஷ்ணமூர்த்தி என்பவர் The Man who made our first movie என்ற கட்டுரையை எழுதியிருக்கிறார். டேனியலின் மனைவி ஜேனட், நாவலாசிரியர் நாகவள்ளி ஆர்.எஸ்.குறுப் ஆகியோரை பேட்டி கண்டு இந்த கட்டுரை எழுதப்பட்டது. விகதகுமாரன் திரையிட்ட போது ஏற்பட்ட தகராறு குறித்து நாகவள்ளி ஆர்.எஸ்.குறுப் கூறுவது,

படத்தில் கதாநாயகி தோன்றும் போதெல்லாம் சிலர் அந்த நடிகைக்கெதிராக கத்திக்கொண்டே இருந்தனர். காட்சி ஒன்றில் கதாநாயகன் கதாநாயகியின் தலை முடியிலிருந்து பூ ஒன்றை எடுத்து முகரும்போது அவர்களின் ஆத்திரம் அதிகரித்தது. திரையை நோக்கி கற்களை வீசினர். தொடர்ச்சியான கல் எறிதலில் திரை கிழிந்து காட்சி நிறுத்தப்பட்டதாக கூறியுள்ளார்.

களரிப்பயிற்றுக்கு முக்கியத்துவம் கொடுத்து டேனியல் திரைக்கதையை எழுதியிருந்ததாகவும், பகல் வெளிச்சத்தில் தன் கையினால் கேமராவை சுழற்றி படப்பதிவு செய்த டேனியல், இரவுப் பொழுதில் ஃபிலிமை கழுவி காயவைத்து அன்றைக்கே

புரொஜக்டரில் போட்டு பார்த்துவிடுவார் என்றும், சண்டை காட்சிகளை பார்வையாளர்கள் மிகவும் ரசித்ததாகவும் ஜேனட் கூறியிருக்கிறார்.

களரி பயிற்சியைக் குறித்து 'Indian Art of Fencing and Sword Play' என்ற பெயரில் டேனியல் ஒரு சிறிய நூலினை தனது இளம் வயதில் எழுதி வைத்திருந்ததாக, மணர்க்காடு மாத்யூ 1973, நவம்பர் 20 தேதியிட்ட மலையாள மனோரமா நாளிதழில் குறிப்பிட்டிருக்கிறார். களரியை குறித்து சினிமா எடுக்கும் ஆர்வம் எழுந்ததால், டேனியல் இந்த புத்தகத்தை பின்னர் பிரிசுரிக்காமல் போயிருக்கலாம் என்று தெரிகிறது.

ஆர்.கோபாலகிருஷ்ணன்

(புகைப்பட கலைஞர், திருவனந்தபுரம்)

திரைப்படத்துறையில் புகைப்படக் கலைஞராக பணிபுரிந்து வந்த எனக்கு சினிமா வரலாறு குறித்த தேடலும் இருந்து வந்தது. 1984ஆம் ஆண்டு நண்பர் ஒருவருடன் இருசக்கர வாகனம் ஒன்றில் அகஸ்தீஸ்வரத்திற்கு சென்று ஜேனட்டை சந்தித்தேன். அவர் அங்கே ஒரு சிறிய வீட்டில் வசித்து வந்தார். டேனியலின் திரைப்பட கம்பெனி பெயரிலான லெட்டர்பேட், விளம்பர பிரசுரம் போன்றவை அவரிடம் இருந்தன.

விகதகுமாரன் படம் குறித்து பழைய பத்திரிகைகளில் செய்திகள் ஏதேனும் வந்துள்ளனவா என்பது குறித்தும் தேடினேன். 1930ஆம் ஆண்டு அக்டோர் மாத இறுதியில் வெளிவந்த நஸ்ரானி தீபிகா, மலையாள மனோரமா, மாத்ருபூமி ஆகிய முன்னணி செய்தித்தாள்களில் டேனியலின் சினிமா குறித்த செய்திகள் வெளிவந்திருக்கின்றன. டேனியல் உயிருடன் இருந்தபோது இந்த செய்திகள் கண்டுபிடிக்கப் பட்டிருந்தால் அப்போதே அவருக்கு அங்கீகாரம் கிடைத்திருக்கக் கூடும். டேனியல் சேலங்காடு கோபாலகிருஷ்ணனிடம் தனது சினிமா 1928ஆம் ஆண்டில் வெளியானதாக தவறுதலாக கூறிவிட்டார். அந்த ஆண்டில் வெளியான எந்தவொரு பத்திரிகைகளிலும் இப்படியொரு சினிமா வெளியானதாக செய்திகள் இல்லை.

டேனியலின் திரைப்பட ஸ்டுடியோ இயங்கிவந்த சாரதா விலாஸ் கட்டிடம் கடந்த ஆண்டுதான் இடிக்கப்பட்டது. கேரளத்தின் முதல் திரைப்படம் தயாரிக்கப்பட்ட இந்த கட்டிடத்தை பாதுகாக்க வேண்டும் என்று திரைப்பட ஆர்வலர்கள் விடுத்த கோரிக்கையினை கேரள அரசு கண்டு கொள்ளவில்லை.

மார்த்தாண்டவர்மா திரைப்படத்தினை தயாரித்த சுந்தர்ராஜின் மனைவி தேவகிபாய்க்கு ஓய்வூதியம் கிடைப்பதற்கான முயற்சிகளை செய்து தந்திருக்கிறேன்.

சுந்தர்ராஜின் ஒரு பழைய மங்கலான புகைப்படம் ஒன்றினை ஒரு ஓவியர் மூலம் வரைந்து நகலெடுத்தேன்.

2005ஆம் ஆண்டு டேனியலைக் குறித்து The Lost Life என்ற ஆவணப்படத்தை நானும் எனது மனைவியும் இணைந்து தயாரித்தோம். இந்த ஆவணப் படத்திற்காக பல விருதுகளைப் பெற்றிருக்கிறேன். தன்னம்பிக்கையும் மனத்தைரியமும் வாய்க்கப் பெற்ற ஒரு மகத்தான கலைஞராகத்தான் டேனியலை நான் காண்கிறேன்.

திரு. தேவராஜ்,
(சுந்தர்ராஜின் மகன், திருவனந்தபுரம்)

மார்த்தாண்டவர்மா சினிமாவை தயாரித்த சுந்தர்ராஜின் மூத்த மகனான நான், கேரள அரசின் போக்குவரத்து கழகத்தில் கண்டக்டராக பணிபுரிந்து ஓய்வு பெற்றுள்ளேன். எனது தந்தையார் திருவனந்தபுரம் மகாராஜாஸ் கல்லூரியில் இளங்கலை பட்டம் பெற்றவர். அவர் கல்லூரியில் படித்துக் கொண்டிருந்த காலத்தில்தான் டேனியல் திரைப்பட தயாரிப்பில் இறங்கியிருந்தார். அவரது படத்தில் ஒரு உதவி இயக்குநரைப் போல் எனது தந்தையார் பணிபுரிந்து இருக்கிறார்.

எனது தாயார் தேவகிபாயின் பூர்வீகம் தஞ்சாவூர். எத்திராஜிலு, சுந்தரம்மாள் தம்பதியினருக்கு மகளாக பிறந்தவர். சங்கீதம் படித்திருந்தார். சென்னையில் A. நாராயணன் என்பவரது சினிமா கம்பெனியில் தயாரிக்கப்பட்ட சில மௌனப்படங்களிலும் நடித்திருக்கிறார்.

அப்பா நாகர்கோவிலில் ஸ்டுடியோ தொடங்கி மார்த்தாண்டவர்மா படத்தை தயாரித்தபோது, கதாநாயகி சுபத்ரா வேடத்தில் நடிப்பதற்காக அம்மாவை நாகர்கோவிலுக்கு அழைத்து வந்தனர். படப்பதிவு நடந்து கொண்டிருந்த சமயத்தில் இருவரும் ஒருவரையொருவர் விரும்பி திருமணம் செய்து கொண்டனர். இந்த திருமணத்திற்கு இருவரது வீட்டிலும் எதிர்ப்பு இருந்தது.

தற்போது நாகர்கோவில் வேப்பமூடு சந்திப்பில், பகவதி சூப்பர் மார்க்கெட் இயங்கி வரும் கட்டிடம் எனது தாத்தாவுக்கு சொந்தமாக இருந்ததாகும். அந்த வீட்டில்தான் அப்பாவின் ஸ்டுடியோ இயங்கி இருக்கிறது. மணிமேடை சந்திப்பு அருகே நேஷனல் மூவி டோன் என்ற பெயரில் ஃபிலிமை டெவலப் செய்வதற்கான கூடம் ஒன்றும் அமைத்திருக்கிறார்.

நீதிமன்ற வழக்கு காரணமாக படம் முடங்கி போனதால், அப்பா சொத்துக்கள் அனைத்தையும் இழந்துவிட்டார்.

இறச்சகுளத்தில் அவருக்கு சொந்தமாக இருந்த வயல்களும் கைவிட்டு போயின. அம்மாவிடமிருந்த சிறிது நகைகளை விற்றுதான் வாழ்க்கை ஓடியிருக்கிறது.

கொழும்பில் ஒரு நிறுவனத்தில் அப்பாவுக்கு வேலை கிடைத்தது. எல்லோரும் கொழும்பில்தான் இருந்தோம். சில மாதங்களுக்கு பின்னர் திருவனந்தபுரத்திலுள்ள கவடியார் பகுதியில் குடியேறினார். அங்கே ஒரு ரேசன் கடை நடத்துவதற்கு உரிமம் கிடைத்தது. காங்கிரஸ் கட்சியில் தீவிரமாக செயல்பட்டு வந்ததால், திருவனந்தபுரம் மாநகராட்சியில் நியமன கவுன்சிலராக தேர்ந்தெடுக்கப்பட்டிருந்தார். அதன் பிறகு கண்ணம்மூல பகுதியில் ஒரு வாடகை வீட்டில் வசித்து வந்தோம். அவருக்கு புகை பிடிக்கும் பழக்கம் அதிகமாக இருந்தது.

உடல்நிலை சரியில்லாமல் போகவே, நாகர்கோவிலிலுள்ள மருத்துவர் மத்தியாஸ் வீட்டிற்கு சிகிச்சைக்காக சென்று தங்கியிருந்தபோது 26.8.1965 அன்று காலமானார். கன்யாகுமரிக்கு அருகாமையிலுள்ள புத்தளம் எனுமிடத்தில், அவரது உடல் அடக்கம் செய்யப்பட்டது. அப்பா இறந்த பின்பு குடும்பத்தை கவனிக்க அம்மா சிரமப்பட்டார்கள். சில பத்திரிகையாளர்கள் அம்மாவைப் பற்றிய செய்திகளை எழுதினர். கடைசி காலத்தில் அம்மாவுக்கு வயோதிக கலைஞர்களுக்கான பென்சன் கிடைத்தது.

நான் எனது மனைவியின் சொந்த ஊரான கல்லயம் எனுமிடத்தில் சொந்தமாக வீடு கட்டி குடியேறினேன். அப்போது அம்மா என்னுடன்தான் இருந்தார். அவரது 92ஆவது வயதில் 2.6.2001 அன்று மரணமடைந்தார். எனது வீட்டின் பின்புறமுள்ள ஒரு மேட்டுப்பகுதியில் அவரது உடலை அடக்கம் செய்தோம். அப்பாவின் குடும்பத்தாரோடு எங்களுக்கு நல்ல உறவு இருக்கிறது. ஆனால் அம்மாவின் குடும்பத்தாரைப் பற்றி எந்த விவரமும் தெரியாது.

திருவனந்தபுரத்திலுள்ள ரஷ்யன் கலாச்சார மையத்தில் ஒரு தடவை அப்பா எடுத்த சினிமாவை திரையிட்டபோது அதை பார்த்திருக்கிறேன். தென்னிந்தியாவில் ஃபிலிம் சுருள் உள்ள ஒரே மௌனப்படம் இதுதான் என்று அப்போது பேசிக் கொண்டார்கள். அதை நான் பெருமையாக நினைக்கிறேன்.

தொகுப்பு : என்.டி.தினகர்

Reclaiming a Lost Life

- Geethikachandrahasan

The JC Daniel Award for lifetime achievement is Malayalam cinema's greatest honour. Many stalwarts have been recipients of this award, for their contribution as actors, directors, writers or technicians.

Behind this prestigious prize lies one of the biggest ironies of Kerala cinema JC Daniel, the pioneering filmmaker after whom this is named, had died penniless and lonely. His requests for Rs.300 as pension had not been granted. Today, the award in his name carries a cash prize of Rs.2 lakh.

R.Gopalakrishnan's 21 minute documentary ' The Lost life' Captures the life and craft of JC Daniel, the father of Malayalam cinema. "So far there has been no proper, researched record of either his life or his cinema. This led me to the idea of making a documentary on him".

A photographer by profession, Gopalakrishnan's real passion is cinema. Last year, he had won a special State Film Award for his book on 'Balan' Malayalam cinema's first talkie. Little wonder then, that he was fascinated by the story of JC Daniel, a man who lived and breathed cinema through the vicissitudes of life.

Setting the record Straight

Gopalakrishnan's documentary dispels many existing beliefs about the first feature film in Malayalam. For one, JC Daniel's film was not called Vigathakumaran' as is comonly stated. "The original title of the film was 'The Lost Child', explains Gopalakrishnan. "That gave us the idea for the title of the documentary itself".

Another urban legend was that Daniel's studio was housed in what is now the office of the Public Service Commission in Trivandrum. A little in depth research and the truth revealed itself : his studio was in a house called 'Sarada Vilas', located in pattom. This building still exists intact today. The documentary features an original letterhead, complete with Daniel's signature, which states Sarada Vilas as the studio.

Another long time controversy was also solved through the documentary : the release date of Malayalam's first film. During his research, Gopalakrishnan stumbled on a news report that appeared in the Deepika of October 1930, that covered the release of the film.

Thus slowly, the story of JC Daniel emerged from the mists of time and came into sharp focus in the documentary.

Journey of revelations

Gopalakrishnan's path was strewn with many challenges and trials. Tracking down his descendants to get the full picture was an onerous task but he succeeded in the end. In the documentary, JC Daniel comes alive through his son and his granddaughter, who share their memories of this great filmmaker.

Unfortunately, the print of The Lost Child was completely destroyed. The only existing still of the film is given pride of place in the documentary and it shows JC Daniel who played the lead role.

Gopalakrishnan's thorough research had led him and his wife Suseela (the producer and narrator of the documentary) to Agastheeswaram, a small village close to Kanyakumari.

There they discovered the tomb of JC Daniel, half hidden by the lush undergrowth. What is more, this is located on the premises of another man's private property. "The owner of the land, Japajnanam, was very helpful," remembers Suseela. "But it is sad that we need another's permission to reach the grave of the father of Malayalam cinema".

Flawed genius

The documentary reveals Daniel's penchant for performing arts right from childhood. Seized with a passion for cinema, he went first to Madras and then to Bombay to learn the cinematic techniques.

"He was undoubtedly a genius", states Gopalakrishnan," With minimal filmmaking experience acquired in Bombay, he came back and made a feature film in Kerala. It was a phenomenal achievement". What is more, ever Daniel himself carried out aspect of production.

The film was a disaster at the box office and Daniel had to look at an alternate source of livelihood. With commendable dedication and a strong will, he learnt dentistry and established himself as a reputed dental surgeon. He thus rose from the ashes of his first filmmaking attempt. But again, his love for cinema could not be repressed for too long. He made an attempt to return to his first love and in the process, reduced himself to utter penury. The father of Malayalam cinema died a lonely death, cared for only by his wife. A filmmaking genius, but a man defeated by life. The Lost life delves into both aspects of his eventful life.

"He never got the recognition he deserved", says Gopalakrishnan. "Malayalam cinema has gone to great heights but we must not forget that he was the first person to blaze a trail. He has to be given his rightful place at least now".

And that is exactly what The Lost Life succeeds in doing.

[Courtesy : Kerala Calling, 2006-March.]

செல்லுலாய்ட் எனும் திரைச் சித்திரம்

- கிருஷ்ணகோபால்

இந்திய சினிமாவின் நூற்றாண்டு விழா கொண்டாட்ட காலமிது. 1913ஆம் ஆண்டு தாதா சாகேப் பால்கே இந்தியாவின் முதல் மௌனப் படமான ராஜா ஹரிச்சந்திராவை வெளியிட்டதிலிருந்து இது கணக்கிடப்படுகிறது. 1897ஆம் ஆண்டு எட்வர்ட் என்பவர் சென்னை செண்ட்ரல் அருகிலுள்ள விக்டோரியா ஹாலில் துண்டு படங்களை திரையிட்டு முதன் முதலாக தமிழகத்திற்கு சினிமாவை அறிமுகப்படுத்தினார். டுபாண்ட் என்ற பிரெஞ்சுகாரர் டெண்ட் கொட்டகைகள் மூலம் தென்னிந்தியாவில் துண்டு படங்களை திரையிட்டு வந்தார். திருச்சி ரெயில்வேயில் பணியாற்றிக் கொண்டிருந்த வின்சென்ட் சாமிக்கண்ணு என்பவர் டுபாண்ட் வைத்திருந்த படம் காட்டும் கருவியை விலைக்கு வாங்கிக் கொண்டதுடன், தனது வேலையைத் துறந்து நாட்டின் பல பாகங்களிலும் படங்களைத் திரையிட்டு திரைப்படக் கலையை பொதுமக்களிடம் எடுத்துச் சென்றார்.

தென்னிந்தியாவில் முதல் மௌனப்படமான கீசகவதம் 1917ஆம் ஆண்டு வேலூர் நடராஜ முதலியார், தர்மலிங்க முதலியார் ஆகியோரின் தயாரிப்பில் வெளிவந்தது. இதனைத் தொடர்ந்து நூற்றுக்கும் மேற்பட்ட மௌனப் படங்கள்

வெளிவந்தன. தமிழகத்தில் முதல் மௌனப்படம் வெளிவந்து பதிமூன்று ஆண்டுகள் கழித்து கேரளத்தில் முதல் மௌனப் படம் வெளியானது. கன்யாகுமரி தமிழரான ஜே.டேனியல் தானே நடித்து இயக்கி தயாரித்த விகதகுமாரன் *(The Lost Child)* தான் அந்த முதல்படம்.

மலையாளத்தில் வினுஆப்ரஹாம் என்பவர் எழுதிய 'நஷ்டநாயிக' என்ற நாவல், விகதகுமாரன் படத்தில் நடித்த ரோசி என்கிற பெண்ணை மையப்படுத்தி வெளிவந்த பிரபலமான நாவல். சேலங்காடு கோபாலகிருஷ்ணன் என்பவர் ஜே.சி.டேனியலைக் குறித்து மேற்கொண்ட தேடுதலின் விளைவாக வெளிவந்த புத்தகம் 'ஜே.சி.டேனியலின்றெ ஜீவிதகதா'. மேற்சொன்ன இரண்டு புத்தகங்களையும் அடிப்படையாகக் கொண்டு உருவான மலையாளத் திரைப்படம் தான் செல்லுலாய்ட். இத்திரைப்படத்தை பிரபல மலையாள இயக்குநர் கமல் இயக்கியும், தயாரித்தும் இருக்கிறார்.

ஜே.சி. டேனியல் திரைப்படக் கலையை கற்றுக் கொள்வதற்காக மும்பைக்குச் சென்று தாதா சாகேப் பால்கேயை சந்திப்பதிலிருந்து செல்லுலாய்ட் திரைப்படம் தொடங்குகிறது. மும்பைக்கு சென்று வந்ததன் காரணமாக 1928ஆம் ஆண்டு திருவனந்தபுரம் பட்டம் பகுதியில் திருவாங்கூர் நேஷனல் பிக்சர்ஸ் என்ற பெயரில் திரைப்பட ஸ்டுடியோவை தொடங்குகிறார். பல சிரமங்களுக்கிடையே அவர் உருவாக்கிய விகதகுமாரன் (1930) திரைப்படத்தை திருவனந்தபுரம் கேப்பிட்டல் அரங்கில் திரையிடும்போது படம் பாதியில் நிறுத்தப்படுகிறது. அந்தப் படத்தில் சரோஜினி என்கிற கதாபாத்திரத்தில் நடித்த ரோசி என்கிற பெண் ஊரைவிட்டே துரத்தப்படுவது வரைக்கும் செல்லுலாய்டின் ஒரு பகுதி நிறைவடைகிறது.

மறுபாதியில் சேலங்காடு கோபாலகிருஷ்ணனுக்கும் (சீனிவாசன்) ஜே.சி. டேனியலுக்கும் (பிருதிவிராஜ்)மான நேரடி

சந்திப்பும், அதன் மூலம் டேனியலின் அறியப்படாத பக்கங்களின் வெளிப்பாடு துயரக் காட்சியாக நீண்டு, டேனியலின் உயிர் பிரிவது வரைக்குமான காட்சிகள் ஃப்ளாஸ்பேக் உத்தியில் சொல்லப்பட்டிருக்கிறது. கமர்ஷியல் படங்களின் சில அம்சங்கள் இருப்பினும் கலை நேர்த்தியுடன் அதை ரசிக்கத்தக்க அனுபவமாக மாற்றியிருப்பது பாராட்டிற்குரியது.

1930ஆம் ஆண்டு திருவனந்தபுரம் கேப்பிட்டல் தியேட்டரில் விகதகுமாரன் திரையிடப்பட்டபோது சாதி துவேசங் கொண்டு படம் பாதியில் நிறுத்தப்பட்டது போலவே, அதற்கு சற்றும் குறைந்திராத வகையில் செல்லுலாய்ட் படத்திற்கும் எதிர்ப்பு வலுத்தது. காங்கிரஸார் இப்படத்திற்கு எதிராக நிகழ்த்திய போராட்டங்களும், திருவனந்தபுரம் கைரளி தியேட்டரில் நிகழ்ந்த கல்வீச்சுகளும் சிறு உதாரணங்களே. கேரள மாநிலம் முழுவதிலும் இப்படத்திற்கு எதிரான சம்பவங்கள் நடந்தேறின. ஆதிக்க சாதி மனோபாவம் இன்றும் வேர் ஊன்றி அழுத்தமாக நிலை கொண்டிருப்பதை இச் சம்பவங்கள் வெளிப்படுத்தியுள்ளன. படத்திற்கு எழுந்த எதிர்ப்பு தயாரிப்பாளர்களுக்கு வசூலை அள்ளித் தந்துவிட்டது.

மும்பையில் பால்கேவையும், சென்னையில் நடராஜ முதலியாரையும் சந்தித்துவிட்டு ஊர் திரும்பும் டேனியல் சொந்தமாக ஸ்டுடியோ தொடங்கும் முயற்சியில் இறங்குகிறார். (அன்றைய கால படப்பிடிப்பு காட்சிகள் பார்வையாளர்களுக்கு நகைச்சுவையாக தோன்றும்படி இருக்கிறது) தனது திரைப்பட தயாரிப்பு திட்டத்தில் தனது உறவினரான சுந்தர்ராஜை இணைத்துக் கொள்கிறார். தனது மற்றும் மனைவியின் பூர்வீகச் சொத்துக்களை விற்கிறார். கொல்கத்தா, சென்னை போன்ற நகரங்களுக்குச் சென்று சினிமா தயாரிப்பு கருவிகளை வாங்கி வருகிறார். தனது திரைப்படத்திற்கான கதையை எழுதுகிறார். காதல், கடத்தல், கொள்ளை, அடிதடி என்று வெகுஜன சினிமாவுக்கான அனைத்து அம்சங்களுடன் கதை உருவாக்கப் படுகிறது.

கதைப்படி நாயர் குடும்பப் பெண்ணாக நடிப்பதற்கு நடிகை தேவைப்பட்டாள்.(அந்த காலத்தில் பெண் வேடங்களில் ஆண்களே நடித்து வந்தனர் என்பதை கவனத்தில் கொள்ள வேண்டும்). மும்பையிலிருந்து ஒரு ஆங்கிலோ இந்திய நடிகையை திருவனந்தபுரத்திற்கு அழைத்து வருகிறார். ரிக்ஷாவில் வரமாட்டேன் என்று அடம்பிடித்ததாலும், அரண்மனை போன்ற பெரிய வீட்டில்தான் தங்குவேன் என தகராறு செய்ததாலும் மிஸ் லானா என்ற அந்த நடிகையை இறுதியில் நிராகரித்துவிடுகிறார்.

கிராமிய நடனங்களில் குறத்தி வேடமிட்டு ஆடிக்கொண்டிருந்த ரோசம்மா (சாந்தினி) என்கிற புலையர் சமூதாயத்தைச் சேர்ந்த பெண்ணை நாயர் தறவாட்டு பெண்மணியாக நடிக்க தேர்வுச் செய்கிறார். கூலி வேலைக்குச் செல்லும் ரோசம்மாளை சினிமாவுக்காக ரோசி என பெயர்மாற்றம் செய்கிறார். கறுத்த உடம்போடு பழைய வேட்டியும் ஜாக்கெட்டுமாக தூக்குவாளியில் கஞ்சியுடன் படப்பிடிப்புக்கு வருகிறாள் ரோசி.

முகத்தில் அப்பிய ரோஸ் பவுடரும், புடவையும் தங்க நகைகளுமாக நாயர் பெண் வேடத்தில் கண்ணாடியில் தன்னைப் பார்க்க ரோஸம்மாவால் கண்ணீரை அடக்க முடியவில்லை. தீண்டாமைக் கொடுமையால் தொடர்ந்து அவமானத்திற் குள்ளாகும் ஒரு பெண்ணின் கண்ணீர் அது. ஒரு நடிகையாகத் தன்னை பாவிக்காமல் ஒரு வீட்டுப் பெண்மணி போல் சூட்டிங்கில் எல்லா வேலைகளையும் இழுத்துப்போட்டுக் கொண்டு செய்கிறாள். டேனியலும் அவரது மனைவி ஜேனட்டும் (மம்தா மோகன்தாஸ்) தடுத்தும்கூட அவள் கேட்பாளில்லை. ரோசி சம்மந்தப்பட்ட காட்சிகளின் படப்பிடிப்பு முடிந்துவிட தன் வேடத்தைக் கலைத்துவிட்டு பழைய ரோசம்மாவாகக் கையில் தூக்குவாளியோடும், கலங்கிய கண்ணீரோடும் மலையாளத்தின் முதல் சினிமா கதாநாயகி விடைபெறும் காட்சி

செல்லுலாய்ட் படத்தின் சிறப்பான காட்சிகளில் ஒன்று.

திருவாங்கூரில் எடுக்கப்பட்ட முதல் சினிமா என்ற பெருமையோடு கேப்பிடல் அரங்கில் விகதகுமாரன் திரையிடப்படுகிறது. படம் காண வந்தவர்களில் பெரும்பாலானோர் நம்பூதிரி, நாயர் தறவாடுகளைச் சார்ந்த மேல் ஜாதியினர் ஆவர். ரோசி படம் பார்க்க அனுமதிக்கப்படவில்லை. ஆதிக்க ஜாதியினரிடம் டேனியல் ரோசியை உள்ளே அனுமதிக்குமாறு கெஞ்சி பார்க்கிறார். அவளை உள்ளே வரவழைப்பதாக இருந்தால் நாங்கள் வெளியேறிவிடுவோம் என்று மிரட்டவே, டேனியலும் வேறு வழியின்றி இருக்க வேண்டியதாகிவிடுகிறது.

ரோசியிடம் அடுத்த காட்சியினை உள்ளே வந்து பார்க்கலாம் என கூறிவிட்டு புரொஜக்டர் அறைக்கு சென்று விடுகிறார் டேனியல். படம் தொடங்குகிறது. அரங்கிற்கு வெளியே நிற்கும் ரோசி அந்த மௌனப்படத்தை மானசீகமாக பார்த்துக் கொண்டிருக்கிறாள். அடிக்கடி கட்டியக்காரன் கூறும் நடிகர்களின் பிரவேசம் குறித்தும், கதைச்சுருக்கமும் வெளியே ஒலித்துக் கொண்டிருக்கும். ரோசியின் அறிமுகத்தைப் பற்றி கட்டியக்காரன் கூறும்போது அவள் காதை கூர்மையாக்கிக் கொண்டு கேட்கிறாள். சிறிது நேரத்திற்குள்ளாக தியேட்டருக்குள் கூச்சலும் குழப்பமும் ஏகோபித்து கேட்கிறது.

படத்தை உடனே நிறுத்துமாறு பார்வையாளர்கள் கத்தியதையடுத்து படம் பாதியில் நிறுத்தப்படுகிறது. தியேட்டரைவிட்டு ஆதிக்க சாதியினர் கோபாவேசத்தோடு வெளியேறுகிறார்கள். டேனியல் அவர்களை சமாதானப்படுத்த முயற்சிக்கிறார். அவருக்கு கட்டுப்படாத கும்பல் ரோசியின் மீது பாய்கிறது. அவளருகே நின்றிருந்த அவளது தந்தை தாக்கப் படுகிறார். ரோசி தன்னை தாக்க வரும் காட்டு மிராண்டிக் கூட்டத்திடமிருந்து தப்பி ஓட்டமெடுக்கிறாள். தான் நடித்த படத்தை பார்க்க முடியாத துர்பாக்கியம் நிறைந்த ரோசிக்கு

பின்னர் என்ன நேர்ந்தது என்பதைப் பற்றி படத்தில் காட்டப்படவில்லை. அவளது குடிசை வீடு ஆதிக்க சாதியினரால் தீயிட்டு கொளுத்தப்படுகிறது.

ரோசி செய்த தவறுதான் என்ன? ரோசி என்கிற புலையர் சமுதாயத்தைச் சார்ந்த பெண் சரோஜினி என்கிற நாயர் சாதிப் பெண்ணாக எப்படி நடிக்கலாம் என்பதே ஆதிக்க சாதியினரின் வன்முறைக்கு காரணம். கடவுளின்சொந்த நாடு என்று கொண்டாடப்படும் கேரளத்தில் நூறு வருடங்களுக்கு முன்பு அங்கு வழக்கில் இருந்த சாதி துவேசத்தைப் பார்த்து 'பிராந்தாலயம்' (பைத்தியகாரர்களின் விடுதி) என்று விவேகானந்தர் வர்ணித்தது ஒன்றும் தவறில்லை.

கமல் இயக்கிய செல்லுலாய்ட் படத்திற்கு கேரளத்தில் ஒரு சாரார் மத்தியில் எதிர்ப்பு கிளம்பியதற்கு இயக்குநர் ஒரு பத்திரிகைக்கு அளித்த பேட்டியே காரணமாக இருந்தது. ஜே.சி.டேனியலுக்கு கடைசிகாலத்தில் கேரள அரசிடமிருந்து உதவி கிடைக்காமல் போனதற்கு, கேரள முன்னாள் முதலமைச்சர் கருணாகரன்தான் காரணம் என்று சேலங்காடு கோபாலகிருஷ்ணன் எழுதியிருப்பதாக இயக்குநர் கமல் கூறியிருந்தார். இது உடனே ஒரு அரசியல் சர்ச்சைக்கு வழிவகுத்தது.

கருணாகரன் நாயர் சமுதாயத்தைச் சேர்ந்தவராக இருந்ததால் அவரது ஆதரவாளர்கள் படத்திற்கு எதிராக பிரசாரத்தையும், போராட்டங்களையும் தூண்டிவிட்டனர். கருணாகரனைப் பற்றி படத்தில் மோசமாக சித்தரித்துவிட்டதாக கருதி ஆளும் காங்கிரஸ் கட்சியினர் போராட்டங்களில் ஈடுபட்டனர். ஆனால் படத்தில் கருணாகரனைப் பற்றி எதுவும் குறிப்பிடப்படவில்லை.

1938ஆம் ஆண்டில் வெளிவந்த மலையாளத்தின் முதல் பேசும்படமான 'பாலன்' தான் கேரளத்தின் முதல்படம் என்று கொண்டாடப்பட்டு வந்தது. இப்படத்தை தயாரித்த

டி.ஆர்.சுந்தரம் தமிழ் முதலியார் சமூகத்தைச் சார்ந்தவர். ஆனால் கேரளத்தின் ஆதிக்க சாதியினர் அவரை பிராமணர் என்று நினைத்துக் கொண்டு அவரை கொண்டாடி வந்தனர். நாடார் சமூகத்தைச் சார்ந்த ஜே.சி.டேனியலை அங்கீகரிக்க ஆதிக்க சாதியினருக்கு விருப்பம் இல்லை. இந்த நிகழ்வு செல்லுலாய்ட் படத்தில் ஒரு காட்சியாக சித்தரிக்கப்பட்டிருக்கிறது.

சேலங்காடு கோபாலகிருஷ்ணன் ஐ.ஏ.எஸ்.அதிகாரியாக இருக்கும் இராமகிருஷ்ண ஐயர் (சித்திக்) என்பரிடம் சென்று டேனியலைப் பற்றி கூறி அவரை அங்கீகரிக்க வலியுறுத்துவார். அப்போது சேலங்காட்டாருக்கும், ராமகிருஷ்ணனுக்கும் இடையே நடக்கும் விவாதம் வலுவானது.

டி.ஆர். சுந்தரம் தயாரித்த படமோ பேசும் படம். டேனியலின் படமோ மௌனப்படம். எந்த மொழியும் பேசாத ஒரு படம் எப்படி மலையாள படமாகும்? எனக் கேட்பார் ராமகிருஷ்ணன். உலக பிரசித்தி பெற்ற சார்லி சாப்ளின் படங்களை நாம் ஆங்கில மொழிப்படங்களாகத் தானே கருதுகிறோம் என்று சேலங்காட்டார் பதிலுரைப்பார். ஒரு துறையில் ஈடுபாட்டோடு இயங்கும் எந்த ஒரு கலைஞனையும் அவன் உயிரோடு இருக்கும் காலத்தில் அங்கீகாரம் வழங்காமல், அவனது மறைவிற்குப் பிறகு அதன் முக்கியத்துவத்தை உணர்ந்து உலகம் தூக்கி வைத்து கொண்டாடுவது போல் ஜே.சி.டேனியலையும் கேரளம் கொண்டாடும் காலம் வரும் என சேலங்காட்டார் கூறுவதாக அந்த காட்சி முடிவுற்றிருக்கும்.

விகதகுமாரன் திரைப்படத்தால் பெரும் நஷ்டத்திற்குள்ளான டேனியல் தனது மனைவி, குழந்தைகளுடன் தனது சொந்த ஊரான அகஸ்தீஸ்வரத்திற்கு வருகிறார். அதன்பிறகு பல் மருத்துவம் பயின்று மதுரையிலும், புதுக்கோட்டையிலும் பல் மருத்துவராக பணிபுரிகிறார். மதுரையில் மருத்துவ தொழில் செய்து கொண்டிருந்த காலத்தில், தமிழகத்தின் அப்போதைய சூப்பர் ஸ்டார் என

கொண்டாடப்பட்ட பி.யூ.சின்னப்பாவுடன் நட்பு ஏற்படுகிறது. அந்த நட்பு அவருக்குள் தூங்கிக் கொண்டிருந்த சினிமா ஆசையை வளர்த்தெடுத்தது. சின்னப்பாவின் வார்த்தைகளை நம்பி சென்னைக்கு செல்கிறார் டேனியல். தனது பணம் அனைத்தையும் சின்னப்பாவின் ஆட்களிடம் இழந்து தோல்வியோடு ஊர் திரும்புகிறார்.

பல் மருத்துவராக அவரால் மீண்டும் வெற்றிகரமாக செயல்பட முடிவதில்லை. அந்த வலி நிறைந்த காலத்தில் பெட்டிக்குள் முடங்கிக் கிடந்த பிலிம் சுருளை அவரது கடைசி மகன் ஹாரிஸ் எடுத்து தீக்கொளுத்தி விளையாடுவதை பார்த்துக் கொண்டிருக்கும் அவரால், அதை தடுக்கும் எண்ணம் இல்லாது திராணி அற்றுபோய் பார்த்துக் கொண்டிருக்கிறார். மரணப் படுக்கையில் கிடக்கும்போது எதிரில் மரங்கள் அசையும் காட்சிகள் அவருக்கு ஒரு சினிமா போல் தெரிகிறது. அதனை தனது மனைவிடம் கூறியபடியே கண்கள் இமைப்பதை நிறுத்திக் கொள்கிறார் டேனியல்.

டேனியலின் வாழ்வில் நிகழ்ந்த சம்பவங்களில் தனது கற்பனை கலந்து திரைக்கதையை எழுதியதாக இயக்குநர் கமல் கூறியிருக்கிறார். இந்தப் படத்தை ஒரு வரலாற்று பதிவாக நாம் கருத்தில் கொள்ளாமல், ஒரு புனைவாகத்தான் பார்க்க வேண்டும். எவ்வாறிருப்பினும் இந்திய சினிமாவின் நூற்றாண்டு விழாவை சிறப்பிக்கும் ஒரு படைப்பாக வெளிவந்திருக்கிறது செல்லுலாய்ட்.

(கட்டுரையாளர் நாகர்கோவிலைச் சேர்ந்த குறும்பட இயக்குநர். கவிதைகளும், சினிமா குறித்த கட்டுரைகளும் எழுதி வருகிறார்.)

செல்லுலாய்ட் மலையாள திரைப்படம் - நிழலும் நிஜமும் (2013)

செல்லுலாய்ட் மலையாள திரைப்பட துவக்கவிழா விளம்பரத்தில் ஜே.சி.டேனியல் (2012)

மலையாளத்தின் முதல் பேசும்படத்தின் கதை

- என்.டி.தினகர்

இந்தியாவில் ஒலிப்பதிவுடன் கூடிய பேசும் படங்களின் தயாரிப்பு 1931ஆம் ஆண்டு முதல் தொடங்கியதையடுத்து, மௌனப் படங்களின் சகாப்தம் முடிவுறத் தொடங்கியது. கேரள மண்ணிலும் இரண்டு மௌனப் படங்கள் தயாரிக்கப்பட்டிருக்கின்றன. சேலம் மாடர்ன் தியேட்டர்ஸ் அதிபர் டி.ஆர்.சுந்தரத்தின் தயாரிப்பில் 1938ஆம் ஆண்டு வெளிவந்த, மலையாளத்தின் முதல் பேசும் படமான பாலன் மிகப்பெரிய வெற்றியை அடைந்த பிறகே மலையாள சினிமாத் துறைக்கு அடித்தளமிடப்பட்டது.

கன்னியாகுமரி தமிழரான ஜே.சி.டேனியல் என்பவர் 1928ஆம் ஆண்டு திருவாங்கூர் நேஷனல் பிக்சர்ஸ் என்ற ஸ்டுடியோவை திருவனந்தபுரத்தில் தொடங்கி, விகதகுமாரன் என்ற மௌனப் படத்தை 1930ல் வெளியிட்டார். இதுவே கேரளத்தில் உருவக்கப்பட்ட முதல் சினிமா, வணிகரீதியாக இந்தப்படம் தோல்வியைத் தழுவியதால், டேனியல் தனது ஸ்டுடியோவை விற்றுவிட்டு பல் மருத்துவராகப் பணியாற்றிக் கொண்டிருந்தார். இவரை மலையாள சினிமாவின் தந்தை என்று அங்கீகரித்துள்ள கேரள அரசு, ஆண்டுதோறும் இவரது பெயரில் திரைப்பட விருது ஒன்றை வழங்கி வருகின்றது.

டேனியலின் உறவினரான சுந்தர்ராஜ் என்பவர் 1931ல் ஸ்ரீ ராஜேஸ்வரி ஃபிலிம்ஸ் என்ற பெயரில் நாகர்கோவிலில் ஒரு படக் கம்பெனியைத் தொடங்கினார். இவரது தயாரிப்பில் வெளிவந்த மார்த்தாண்ட வர்மா என்ற மௌனப்படத்தின் முதல் காட்சி 1933ஆம் ஆண்டு திருவாங்கூர் அரச

குடும்பத்தாருக்குக் காண்பிக்கப்பட்டது. ஒரு நாவலைத் தழுவி இந்தப் படம் எடுக்கப்பட்டதால், காப்புரிமை வழக்கில் சிக்கிய இந்தப் படத்திற்கு நீதிமன்றம் தடை விதித்தது. தென்னிந்தியாவில் தயாரிக்கப்பட்ட எந்த ஒரு மௌனப் படத்தின் படச்சுருளும் கிடைக்காமல் போன நிலையில் மார்த்தாண்ட வர்மா படத்தின் படச்சுருள் மட்டுமே பத்திரப்படுத்தப்பட்டுள்ளது. பூனேயில் உள்ள National Film Archives நிறுவனத்தில் இந்தப் படத்தின் படச்சுருள் உள்ளது.

கேரள மண்ணில் தயாரிக்கப்பட்ட மௌனப் படங்கள் இரண்டும் தோல்வியைத் தழுவியதால் அங்கு திரைப்படத்துறை எந்தவித வளர்ச்சியையும் அடைந்திருக்கவில்லை. அங்குள்ள திரையரங்குகளில் தமிழ் மற்றும் இந்திப் படங்களே திரையிடப்பட்டு வந்த நிலையில், மலையாளத்தில் ஒரு பேசும் படத்தைத் தயாரிக்கும் திட்டத்தில் ஏ.சுந்தரம்பிள்ளை என்பவர் இறங்கினார்.

திருவனந்தபுரம் தைக்காடு பகுதியில் நாகர்கோவிலை பூர்வீகமாக கொண்ட தமிழ் வம்சாவழி குடும்பத்தில் பிறந்தவர் சுந்தரம்பிள்ளை, 1924ஆம் ஆண்டு திருவனந்தபுரம் பல்கலைக்கழகத்தில் இளங்கலை பட்டம் பெற்ற பின்பு, கொழும்பில் ஒரு கப்பல் நிறுவனத்தில் பணிபுரியச் சென்றார். கொழும்பில் இயங்கி வந்த ஒரு சினிமா ஸ்டுடியோவின் பங்குதாரர் ஒருவருடன் சுந்தரம் பிள்ளைக்கு நட்பு ஏற்பட்டதையடுத்து, சினிமாவில் ஆர்வம் கூடியது. கப்பல் நிறுவனப் பணியை ராஜினாமா செய்துவிட்டு, அந்த ஸ்டுடியோவில் உதவி இயக்குநராகப் பணிபுரிந்திருக்கிறார்.

மலையாளத்தில் ஒரு பேசும் படம் எடுப்பதற்காக கொழும்பில் தயாரிப்பாளர்களை அணுகியிருக்கிறார். யாரும் முன்வராததால் சென்னைக்கு வந்துவிட்டார். ராயப்பேட்டையில் ஒரு அறையை வாடகைக்கு எடுத்து, அப்பகுதி மலையாளிகளை ஒருங்கிணைத்து மலையாளி சமாஜம் என்ற அமைப்பை நடத்தியிருக்கிறார். அந்த அறையின் முன்பாக Kairali Talkie Films என்றொரு பேனரையும் வைத்திருந்தார்.

ஐதராபாத்தில் நடந்த ஒரு சம்பவத்தை பற்றி செய்தித்தாள்களில் படித்து, அதனைக் கதைக்கருவாகக் கொண்டு

மலையாளத்தில் ஒரு திரைக்கதையை எழுதி வைத்திருந்தார். விதியும் மிஸிஸ் நாயரும் என்று பெயரிடப்பட்டிருந்த அந்த திரைக்கதை குறித்து, 1937ஆம் ஆண்டில் தமிழ்நாட்டிலுள்ள பல தயாரிப்பாளர்களுக்கும் கடிதம் எழுதியிருந்தார். சேலம் மாடர்ன் தியேட்டர்ஸ் அதிபர் டி.ஆர்.சுந்தரத்திற்கும் ஒரு கடிதம் வந்து சேர்ந்தது. அந்த சமயத்தில் மாடர்ன் தியேட்டர்ஸ் மூன்று தமிழ்ப் படங்களைத் தயாரித்திருந்தது.

புதுமையான விஷயங்களில் நாட்டம் கொண்டவரான டி.ஆர்.சுந்தரம், சுந்தரம் பிள்ளையுடன் பேசுவதற்காகத் தனது ஸ்டுடியோவில் வேலை செய்து வந்த மலையாளியான ஆலப்பி வின்சென்ட் என்பவரை சென்னைக்கு அனுப்பி வைத்தார். சுந்தரம் பிள்ளையை சந்தித்த பிறகு, படத்திற்காகும் செலவினங்கள், கிடைக்கக் கூடிய லாப சாத்தியக் கூறுகள் குறித்து ஒரு அறிக்கையினை தயாரித்தார் வின்சென்ட். அந்த அறிக்கையில் நம்பிக்கை வரவே மலையாளத்தில் முதல் பேசும் படத்தை தயாரிக்க முன்வந்தார் டி.ஆர்.சுந்தரம்.

திருச்செங்கோட்டைச் சேர்ந்த டி.ஆர்.சுந்தரத்தின் தந்தை ராமலிங்கம் ஒரு நெசவாளர்ஆவார். தொடக்க காலத்தில் தலையில் துணிகளைச் சுமந்து சென்று விற்று வந்த அவர், பின்னாளில் பெரும் செல்வந்தராக உயர்ந்தவர்.விசைத்தறி தொழில்நுட்பம் படிப்பதற்காகத் தனது மகனை லண்டனுக்கு அனுப்பி வைத்திருந்தார். சினிமா ஆர்வம் காரணமாக லண்டனிலுள்ள ஸ்டுடியோக்களில் சுற்றிக் கொண்டிருந்த சுந்தரம், கிளாடிஸ் என்ற ஆங்கிலப் பெண்மணியைத் திருமணம் செய்து கொண்டார். அவர்களுக்கு 2 மகன்களும், ஒரு மகளும் உண்டு. 12 ஆண்டுகளுக்குப் பிறகு தம்பதியினர் பிரிந்துவிட்டனர்.

ஆரம்ப காலத்தில் ஓரியண்டல் டாக்கீஸ் அதிபர் வேலாயுதன் பிள்ளையுடன் இணைந்து ஏஞ்சல் ஃபிலிம்ஸ் என்ற பேனரில் இரண்டு தமிழ்ப் படங்களை சுந்தரம் தயாரித்திருந்தார். பின்னர் தனியாகப் படங்களைத் தயாரிப்பதற்காக, சேலம் அருகே ஏக்கர் கணக்கில் நிலம் வாங்கி, 1936ல் மாடர்ன் தியேட்டர்ஸைத் தொடங்கினார். பாம்பே டாக்கீஸில் ஒளிப்பதிவாளராகப் பணிபுரிந்து கொண்டிருந்த போடே குஷ்பிக்கர் என்ற ஜெர்மானியரைப் பணிக்கு அமர்த்தியிருந்தார்.

சதி அகல்யா, பத்மஜோதி, மாயா மாயவன் ஆகியவை மாடர்ன் தியேட்டர்ஸின் தயாரிப்பில் வெளிவந்த முதல் மூன்று தமிழ் திரைப்படங்களாகும். இந்த சமயத்தில்தான் ஆலப்பி வின்செண்ட் இங்கு வேலைக்கு சேர்ந்திருக்கிறார். இளங்கலை பட்டதாரியான வின்செண்ட் வேலை தேடி சென்னைக்கு ரயிலில் வந்து கொண்டிருந்தபோது அதே ரயிலில் பயணம் செய்து கொண்டிருந்த மாடர்ன் தியேட்டர்ஸ் மேலாளர் பி.வி.ஆர்.சங்கருடன் ஏற்பட்ட ரயில் சிநேகிதம் காரணமாக, வின்செண்டிற்கு அந்த ஸ்டுடியோவில் வேலை கிடைத்தது.

வின்செண்ட் அளித்த அறிக்கையினை அடுத்து டி.ஆர்.சுந்தரத்திற்கும் ஏ.சுந்தரம் பிள்ளைக்கும் உடன்பாடு கையெழுத்தானது. பனிரெண்டாயிரம் ரூபாயில் படத்தை முடித்து தருவதாக சுந்தரம் பிள்ளை சம்மதித்திருந்தார். பத்திரிகைகளில் விளம்பரம் கொடுக்கப்பட்டு நடிகர், நடிகைகள் தேர்வு செய்யப்பட்டிருந்தனர். ஆரம்ப கால பேசும் படங்களில் பின்னணி ஒலிப்பதிவு வசதி கிடையாது. நடிகர்களே நேரடியாகப் பேசவும் பாடவும் வேண்டும். பாடக்கூடிய திறமை படைத்தவர்களே நடிக்கத் தேர்வு செய்யப்பட்டனர்.

கெ.கெ.அரூர், குஞ்ஞும்மு, எம்.வி.சங்கு, கெ.என்.லக்ஷ்மி, கெ.கோபிநாத், நாராயணன் நம்பியார், ஆலப்பி வின்செண்ட், குழந்தை நட்சத்திரங்களாக மதனகோபால், மாலதி உள்பட பலர் தேர்வு செய்யப்பட்டிருந்தனர். சென்னை பரங்கிமலையில் ஒரு வீட்டில் வைத்து ஒத்திகை பார்க்கப்பட்டது. பின்னர் படப்பதிவிற்காக அனைவரும் ஒரு பேருந்தில் சேலத்திற்கு அழைத்துச் செல்லப்பட்டனர்.

1937, ஆகஸ்ட் 17 ஆம் திகதியன்று படப்பதிவு தொடங்கியது. முதலில் ஒரு விருந்து நிகழ்ச்சி படமாக்கப்பட்டது. விருதன் சங்கு வேடத்தில் நடித்த ஆலப்பி வின்செண்ட், ஒரு மதுக் கிண்ணத்தைக் கையில் ஏந்தியவாறு Good luck to every body என்று வாழ்த்துகிறார். இதுவே மலையாளத்தின் முதல் பேசும் படத்திற்காகப் பதிவு செய்யப்பட்ட முதல் வசனம்.

ஜெர்மானியரான போடே குஷ்பிக்கரின் மேற்பார்வையின்கீழ் பி.வி.கிருஷ்ணய்யர் என்பவர் ஒளிப்பதிவு

செய்தார். ஒலிப்பதிவு செய்தவர் ஈஸ்வர்சிங் என்ற சீக்கியர். இந்தப் படத்திற்கு இசை அமைப்பாளர் கிடையாது. பாடல் காட்சிகளின்போது கோபால்நாயுடு என்பவர் வயலினும், முஸ்லிம் இளைஞர் ஒருவர் ஹார்மோனியமும் வாசித்திருக்கின்றனர். படத்தொகுப்பு செய்தவர் வர்கீஸ் என்ற மலையாளியாவார்.

இயக்குநர் சுந்தரம்பிள்ளை தனது இரண்டு குழந்தைகளையும் சேலத்தில் தன்னுடனேயே தங்க வைத்திருந்தார். அவரது முதல் மனைவி இறந்துவிட்டதால், கதாநாயகி குஞ்ஞும்முவிடம் அவர் நெருக்கமாகப் பழக ஆரம்பித்தார். படத் தயாரிப்பிற்காகக் கொடுக்கப்பட்ட பணத்தில் குஞ்ஞும்முவிற்கு நகைகள் வாங்கிக் கொடுத்ததாகப் புகார் எழுந்தது. படப்பதிவிலும், அதிக அக்கறை காட்டாமல் இருந்திருக்கிறார். நடிகர்கள் இது குறித்து டி.ஆர்.சுந்தரத்திடம் புகார் செய்தனர். சுந்தரம்பிள்ளையை விசாரிக்க டி.ஆர்.சுந்தரம் முடிவு செய்திருந்த வேளையில், சுந்தரம்பிள்ளை குஞ்ஞும்முவையும் தனது பிள்ளைகளையும் கூட்டிக்கொண்டு இரவோடு இரவாக இடத்தைக் காலி செய்துவிட்டார்.

மறுநாள் காலையில் மாடர்ன் தியேட்டர்ஸ் ஊழியர்கள் சுற்றுவட்டாரப் பகுதிகளில் தேடுதல் வேட்டை நடத்தி, ஒரு விடுதியில் வைத்து சுந்தரம் பிள்ளையைப் பிடித்து ஸ்டுடியோவுக்குக் கொண்டு வந்தனர். சுந்தரம் பிள்ளையிடமிருந்து மீதத் தொகை பெறப்பட்டு, உடன்பாடு ரத்து செய்யப்பட்டது. படத் தயாரிப்பை மாடர்ன் தியேட்டர்ஸ் நிறுவனம் நேரடியாக நிர்வகிக்கும் என்று டி.ஆர்.சுந்தரம் அறிவித்தார்.

சுந்தரம்பிள்ளையின் இயக்கத்தில் எடுக்கப்பட்ட காட்சிகளைப் போட்டுப் பார்த்த டி.ஆர். சுந்தரத்திற்குப் போதிய திருப்தி ஏற்படாததால் கதையில் மாற்றங்களைச் செய்ய தீர்மானித்தார். ஆலப்பி வின்செண்ட்டின் ஆலோசனைப்படி பிரபல மலையாள நாடகாசிரியரான முகுகுளம்ராகவன் பிள்ளை சேலத்திற்கு வரவழைக்கப்பட்டார். புதிய திரைக்கதையையும், வசனங்களையும் முதுகுளம் எழுதினார். பாடல்களையும் அவரே

எழுதித்தந்தார். அக்காலத்தில் பிரபலமாகியிருந்த தமிழ் மற்றும் இந்திப் பாடல்களின் மெட்டுகளில் பாடல்கள் அமைக்கப் பட்டிருந்தன. புதிய திரைக்கதைப்படி விதியும் மிஸிஸ் நாயரும் என்ற தலைப்பு மாற்றப்பட்டு பாலன் என்று புதிய பெயர் கொடுக்கப்பட்டது.

பாலன் படத்தின் இயக்குநராக பாம்பே டாக்கீஸில் எடிட்டராகவும், ஒலிப்பதிவாளராகவும் பணிபுரிந்து வந்த ஷேவக்ராம் நொட்டாணி என்பவர் நியமிக்கப்பட்டார். கராச்சியைச் சேர்ந்த நொட்டாணி பார்ஸி இனத்தவராவார். பாலனுக்கு அடுத்தபடியாக வெளிவந்த ஞானாம்பிக என்ற மலையாளப் படத்தையும் இவர் இயக்கியிருக்கிறார். எட்டு தமிழ்த் திரைப்படங்களை நொட்டாணி இயக்கி இருப்பதாகக் கூறப்படுகிறது. இனி பாலன் படத்திற்கான கதையைப் பார்க்கலாம்.

கோவிந்தன் நாயர் என்ற மருத்துவருக்கு பாலன், சரசா என்ற இரு பிள்ளைகள் உள்ளனர். மருத்துவர் தனது மனைவி இறந்ததையடுத்து, மீனாக்ஷி என்ற பெண்ணை இரண்டாவது திருமணம் செய்து கொள்கிறார். சிற்றன்னை மீனாக்ஷி இரு பிள்ளைகளையும் வெறுத்து ஒதுக்கிறார். தனது முன்னாள் காதலன் கிட்டு பணிக்கருடன் நெருக்கமாகவும் இருந்து வருகிறார். மீனாக்ஷியின் நடத்தைகளால் வேதனையடையும் மருத்துவர் மாரடைப்பு ஏற்பட்டு இறந்து போகிறார். தந்தையை இழந்த பிள்ளைகள் இருவரும் வீட்டை விட்டு வெளியேறுகின்றனர்.

பாரிஸ்டர் பிரபாகர மேனன் என்ற இளைஞர் இரு பிள்ளைகளையும் தனது வீட்டிற்கு அழைத்து வந்து அடைக்கலம் கொடுக்கிறார். மருத்துவரின் சொத்துக்களை அபகரிக்கும் எண்ணத்தில் இரு பிள்ளைகளையும் கடத்திக் கொண்டு வர மீனாக்ஷியும் கிட்டு பணிக்கரும் திட்டமிடுகின்றனர். பிள்ளைகள் கடத்தப்படும்போது விருதன் சங்கு என்பவனின் கையில் சிக்கி விடுகின்றனர். அவன் அந்தப் பிள்ளைகளைத் தேயிலைத் தோட்ட வேலையில் ஈடுபடுத்துகிறான். அங்கேயே பிள்ளைகள் இருவரும் வளர்ந்து பெரியவர்கள் ஆகிவிடுகின்றனர்.

சில ஆண்டுகளுக்குப் பிறகு பாரிஸ்டர் மேனனை அடையாளம் கண்டு கொள்ளும் பாலனும் சரசாவும் அவருடன் வந்துவிடுகின்றனர். மீனாக்ஷி அபகரித்துள்ள மருத்தவரின் சொத்துக்களையும் உயில் பத்திரத்தையும் மீட்க மேனன் நீதிமன்றத்தில் வழக்கு போடுகிறார். வழக்கின் தீர்ப்பு நாள் அன்று தான் தண்டிக்கப்படுவோம் என்பதை அறிந்து ஆத்திரம் அடையும் மீனாக்ஷி போலீஸ்காரர் ஒருவரின் துப்பாக்கியைப் பிடுங்கி மேனனை நோக்கிச் சுடுகிறார். அப்போது மேனனைக் காப்பாற்ற பாலன் குறுக்கே பாயும்போது தோட்டா அவன்மீது பட்டு பாலன் இறந்து போகிறான். மீனாக்ஷியும், கிட்டு பணிக்கரும் சிறைக்கு அனுப்பப்படுகின்றனர்.

ஆதரவற்று நிற்கும் பருவப்பெண் சரசாவை மேனன் திருமணம் செய்து கொள்கிறார். அந்த தம்பதிக்குப் பிறக்கும் ஆண் குழந்தைக்கு பாலன் என்று பெயரிடுகின்றனர். பாலன் படத்தில சிறுவயது பாலனாக நடித்த மதனகோபால் ஏ.சுந்தரம் பிள்ளையின் சகோதரி மகன் ஆவார். பின்னாளில் இவர் சென்னை வாஹினி ஸ்டுடியோவில் எடிட்டராகப் பணி புரிந்து வந்தார். வாலிப வயது பாலனாக நடித்த கெ.கெ.அரூர் கோட்டக்கல் பி.எஸ்.வி. நாடக கம்பெனியில் நடித்து வந்தவராவார். இவர் அழைத்து வந்த சிறுமி மாலதி சரசவாக நடித்தார்.

பருவப்பெண் சரசாவாக நடிக்கத் தேர்வாகி இருந்தவர் திருச்சூர்க்காரியான குஞ்ஞம்மு. இவர் பாதியிலேயே சென்று விட்டதால் ஆலப்பி வின்செண்ட் தனது சகோதரன் செபாஸ்டியன் குஞ்ஞு பாகவதரின் நாடக கம்பெனியிலிருந்து எம்.கே.கமலம் என்ற நடிகையை அழைத்து வந்தார். கொச்சியைச் சேர்ந்த நாடக நடிகை கெ.என்.லக்ஷ்மி சிற்றன்னை மீனாக்ஷியாக நடித்தவர். இவர் நடித்த ஒரே சினிமா இதுதான்.

கிட்டு பணிக்கராக நடித்த கெ.கோபிநாத் இருபத்தியொன்றாவது வயதில் சென்னைக்கு வேலை தேடி வந்தவர். சீதா சுயம்வரம், சேது பந்தனம், அலாவுதீனும் அற்புத விளக்கும் ஆகிய தமிழ்ப் படங்களில் சிறிய வேடங்களில் நடித்திருக்கிறார். சுந்தரம் பிள்ளையுடன் ஏற்பட்ட நட்பு காரணமாக பாலனில் நடிக்க வாய்ப்பு கிடைத்தது. படத்தயாரிப்பின்போது சுந்தரம்பிள்ளை பாதியிலேயே

சென்றுவிட்டதால், அவரது நண்பரான கோபிநாத் மீது டி.ஆர்.சுந்தரம் வெறுப்பைக் காட்டியிருக்கிறார். பாலன் படத்தின் டைட்டிலில் கோபிநாத்தின் பெயரைச் சேர்க்க மறுத்துவிட்டார். பம்பாய்க்குச் சென்ற கோபிநாத் அங்கு சில இந்திப் படங்களில் நடித்திருக்கிறார். 1976ல் ராஜயோகம் என்ற மலையாள திரைப்படத்தைத் தயாரித்திருக்கிறார்.

மருத்துவர் கோவிந்தன் நாயர் வேடத்தில் நடித்த எம்.வி.சங்கு தலச்சேரியைச் சேர்ந்தவர். சென்னை சூளைமேட்டில் தங்கியிருந்த இவர் பல தமிழ் நாடகங்களில் நடித்தவர். சில ஆண்டுகாலம் ஜெமினி சர்க்கஸ் நிறுவனத்திலும் பணிபுரிந்திருக்கிறார். 1975ஆம் அண்டு சங்கு திடீரென காணாமல் போய்விட்டார். குடும்பச் சூழ்நிலை காரணமாக அவர் வீட்டை விட்டுச் சென்றதாகக் கூறப்படுகிறது. பின்னர் அவர் கண்டுபிடிக்கப்படவேயில்லை.

பாரிஸ்டர் பிரபாகர மேனனாக நடித்த நாராயணன் நம்பியார் சுதந்திரப் போராட்டத்தில் பங்கெடுத்தவர். ஒருமுறை காந்திஜி கைது செய்யப்பட்டதைக் கண்டித்து, போராட்டம் நடத்தியதற்காக ஆந்திர மாநிலம் காளஹஸ்தியில் வைத்து நம்பியார் கைது செய்யப்பட்டார். பத்திரிகை விளம்பரத்தைப் பார்த்து பாலனில் நடிக்க விண்ணப்பித்திருந்தார். இந்த ஒரு படத்தில் மட்டும்தான் நடிக்கவும் செய்திருந்தார். இரண்டாம் உலகப் போரின்போது ஏற்பட்ட ஃபிலிம் தட்டுப்பாடு காரணமாக இவர் நடித்த பூதராயர் என்ற படத்தின் தயாரிப்பு பாதியில் நிறுத்தப்பட்டது. நம்பியார் எழுதி வைத்திருந்த டைரிக்குறிப்புகளிலிருந்துதான் பாலன் படத்தைப் பற்றிய பல தகவல்களைப் பின்னாளில் தெரிந்து கொள்ள முடிந்தது.

1938, ஜனவரி 19ஆம் திகதியன்று பாலன் வெளியானது. படம் வெளிவருவதற்கு முன்பே தியேட்டர் அதிபர்களிடமிருந்து இருபத்தைந்தாயிரத்திற்கும் அதிகமான ரூபாய் முன்பணமாகப் பெறப்பட்டிருந்தது. மலையாள மொழியின் முதல் சினிமா என்று செய்யப்பட்டிருந்த விளம்பரங்கள், மலையாள மக்களிடையே அதிக எதிர்பார்ப்பை ஏற்படுத்தியிருந்தன. பாலன் ஒரு பிரம்மாண்ட வெற்றிப்படமாக அமைந்திருந்தது. பாலன் படத்தின் இரண்டாவது வெளியீட்டு உரிமையைப்

பெற்றிருந்த அண்ணாமலை செட்டியாரின் சியாமளா பிக்சர்ஸ் நிறுவனமும் அதிக ஆதாயம் அடைந்திருந்தது. அன்றைக்குத் தென்னிந்திய அளவில் திரைப்படங்களுக்கு விருதுகள் வழங்கப்பட்டு வந்தன. 1938ஆம் ஆண்டின் சிறந்த நடிகராகத் தேர்வு செய்யப்பட்டவர் விருதன் சங்கு வேடத்தில் நடத்த ஆலப்பி வின்சென்ட்.

பாலன் விநியோகத்தில் நல்ல காசு பார்த்திருந்த சியாமளா பிக்சர்ஸ் நிறுவனம் புதிதாக ஒரு மலையாளப் படத்தின் தயாரிப்பில் இறங்கியது. அதற்கான நிர்வாகப் பொறுப்பு ஆலப்பி வின்சென்ட்டிடம் ஒப்படைக்கப்பட்டிருந்தது. சி.மாதவன் பிள்ளை எழுதிய ஞானாம்பிக என்ற நாவலை அதே பெயரில் படமாக எடுத்தனர். இதுவே மலையாளத்தின் இரண்டாவது பேசும் படம்.

ஆலப்பி வின்சென்ட் இந்தப் படத்தில் வில்லனாகவும், அவரது சகோதரன் செபாஸ்டியன் குஞ்ஞு பாகவதர் கதாநாயகனாகவும் நடித்திருந்தனர். பாலனில் நடித்த கெ.கெ.அரூர், எம்.வி.சங்கு, கெ.பி.பயஸ் ஆகியோரும் இந்தப் படத்தில் உண்டு. கதாசிரியர் மாதவன் பிள்ளையும், பாடலாசிரியர் புத்தன்காவு மாத்தன் தரகனும் கூடவே நடித்திருக்கின்றனர். படத்தை இயக்கியவர் ஷேவக்ராம் நொட்டாணி. 1940, ஏப்ரல் 7 ஆம் திகதியன்று வெளியான ஞானாம்பிக ஒரு சுமாரான வெற்றிப் படமாக இருந்தது.

மலையாளத்தின் முதலிரண்டு பேசும் படங்களின் தயாரிப்பில் முக்கிய பங்கு வகித்திருந்த ஆலப்பி வின்சென்ட் சட்டமன்ற உறுப்பினராகவும், தேர்வு செய்யப்பட்டவர் ஆவார். 1941ஆம் ஆண்டு திருவாங்கூர் சமஸ்தானத்தின் அம்பலப்புழ தொகுதியில் காங்கிரஸ் ஆதரவு வேட்பாளராக மனு தாக்கல் செய்திருந்த கெ.கெ.குஞ்சுபிள்ள என்பவரின் மாற்று வேட்பாளராக வின்சென்ட் மனுதாக்கல் செய்திருந்தார். குஞ்சு பிள்ள சிறையில் இருந்ததைக் காரணம் காட்டி, அவரது மனு தள்ளுபடி செய்யப்பட்டதால், வின்சென்ட் அதிகாரப்பூர்வ வேட்பாளர் ஆனார். வின்சென்ட்டின் வெற்றியை திருவாங்கூர் திவான் ரத்து செய்ததால், நீதிமன்றத்தில் வழக்கு தொடுத்து வின்சென்ட் தனக்கு சாதகமான தீர்ப்பினைப் பெற்றார். கேரள

அரசியல் வரலாற்றில் தேர்தலில் போட்டியிட்டு வெற்றி பெற்ற முதல் நடிகர் ஆலப்பி வின்செண்ட்.

1967ஆம் ஆண்டு ஆலுவா நகரில் அஜந்தா ஸ்டுயோவை நிறுவிய வின்சென்ட் திரைப்படங்களைத் தயாரித்து வந்தார். அந்த ஸ்டுடியோவில் 73 திரைப்படங்களின் படப்பதிவு நடைபெற்றிருக்கிறது. 1992ல் அவர் காலமானார். தமிழ்த் திரைப்படத் துறையினரிடம் பயிற்சி பெற்ற வின்செண்ட், மலையாளத் திரைப்படத்துறைக்கு அடித்தளமிட்டவர்களுள் முதன்மையானவர்.

1941ல் வெளிவந்த மலையாளத்தின் மூன்றாவது பேசும் படமான பிரஹ்லாத ஒரு புராணப்படமாகும். இந்தப் படம் படுதோல்வி அடைந்ததால் எந்த தமிழ் தயாரிப்பாளரும் மலையாளக் கரையோரத்தை எட்டிக்கூட பார்க்க வில்லை. அடுத்த 7 ஆண்டுகளுக்கு மலையாளத்தில் எந்த ஒரு படமும் வெளிவரவில்லை. 1940ல் அப்பன் தம்புரான் எழுதிய பூதராயர் என்ற நாவலைப் படமாக்க முயற்சி செய்தனர். ஃபிலிம் தட்டுப்பாடு காரணமாகப் படப்பதிவு பாதியிலேயே நிறுத்தப்பட்டது. இந்தப் படத்தை இயக்கிய நொட்டாணி தனது மனைவியுடன் திருச்சூரில் தங்கியிருந்தார். இந்தப் படத்தோடு சினிமாத் துறையிலிருந்து விடைபெற்றுக் கொண்ட அவர், பம்பாயில் ஆயத்த ஆடை உற்பத்தியில் ஈடுபட்டு வந்தார்.

ஏழு ஆண்டுகளாக எந்த ஒரு படமும் வெளிவராமல் இருந்த நிலையில் பி.ஜெ.செரியான் என்ற நாடகக் கலைஞரின் தயாரிப்பில், நான்காவது பேசும் படமான நிர்ம்மல 1948ல்வெளியானது. பாலனில் ஒளிப்பதிவாளராகப் பணிபுரிந்த கிருஷ்ணய்யர்தான் நிர்ம்மல படத்தின் இயக்குநர். ஒரு ஏழை மீனவப் பெண்ணின் வாழ்க்கையைச் சொன்ன படம் இது. பிரபல வில்லன் நடிகர் ராஜன் பி.தேவின் தந்தை எஸ்.ஜே.தேவ் இந்தப் படத்தில் நடித்திருக்கிறார்.

கிருஷ்ணய்யர் தொடக்கக் காலத்தில் பாம்மே டாக்கீஸ் நிறுவனத்தில் போடே குஷ்பிக்கருக்கு உதவியாளராகப் பணி புரிந்தவர். அவரது சிபாரிசின் பேரில்தான் கிருஷ்ணய்யருக்கு பாலனை ஒளிப்பதிவு செய்யும் வாய்ப்பு கிடைத்தது. நடிகர்-நடிகைகள் நேரடியாகப் பாடாமல், பின்னணிப்

பாடல்களைக் கொண்டு ஒலிப்பதிவு செய்யப்பட்ட முதல் மலையாள சினிமா நிர்ம்மல. ஒரு நீண்ட இடைவேளைக்குப் பிறகு மலையாளத்தில் தொடர்ச்சியாகப் படங்கள் வருவதற்கு நிர்ம்மல வழிகோலியது.

1949ல் ஆலப்புழாவைச் சேர்ந்த குஞ்சாக்கோ, கெ.ஸி.கோசி ஆகியோர் இணைந்து தயாரித்து வெளியிட்ட வெள்ளி நக்ஷத்திரம் தோல்வியடைந்தது. எனினும் அடுத்ததாக சங்கீத நாடகமான நல்லதங்காள் கதையைப் படமாக எடுத்து பெரும் பெற்றி பெற்றனர். 1950ல் வெளியான இந்தப் படத்தை இயக்கியவர் கிருஷ்ணய்யர். பிரபல பாடகர் கே.ஜே.ஜேசுதாஸின் தந்தையார் அகஸ்டின் ஜோசப், நாடகாசிரியர் முதுகுளம்ராகவன் பிள்ள ஆகியோர் இந்தப் படத்தில் நடித்திருக்கின்றனர். சென்னையைச் சேர்ந்த கிருஷ்ணய்யர் மெய்யப்பன் செட்டியார் ஏவிஎம். ஸ்டுடியோவைத் தொடங்கியபோது, அதில் தலைமை ஒளிப்பதிவாளராகப் பணி புரிந்திருக்கிறார். எம்.ஜி.ஆரின் சத்யா ஸ்டுடியோவில் தொழில் நுட்ப ஆலோசகராகவும் இருந்திருக்கிறார்.

ஆரம்பகால மலையாள சினிமாவின் காட்சிஅமைப்புகள் தமிழ்ப் படங்களை டப்பிங் செய்தது போல் இருந்திருக்கின்றன. கேரள மக்களின் கலாச்சாரக் கூறுகள் அவற்றில் தென்படவில்லை. 1954ல்வெளிவந்த நீலக்குயில் என்ற திரைப்படம்தான் மலையாள மண் வாசனையுடன் வெளிவந்த முதல் திரைப்படமாகக் கருதப்படுகிறது. பி.பாஸ்கரன், ராமு காரியத் ஆகிய இருவரும் இணைந்து இந்தப் படத்தை இயக்கியிருக்கின்றனர். பிரபல எழுத்தாளர் உறுப் எழுதிய சிறுகதையைத்தான் படமாக எடுத்திருக்கின்றனர். திரைக்கதை மற்றும் வசனங்களை உறுப்பும், பி. பாஸ்கரனும் இணைந்து எழுதியிருக்கின்றனர்.

வட்டார வழக்கில் எழுதப்பட்ட வசனங்கள், மலையாள நாட்டுப்புற மெட்டுகளில் அமைக்கப்பட்ட பாடல்கள் போன்றவை இந்தப் படத்தின் தனித்தன்மைகள்.

இந்தப் படத்தில் கதாநாயகனாக நடித்த சத்யன், பின்னாளில் முன்னணி நடிகர்களுள் ஒருவராகத் திகழ்ந்தார். இவர் திருவனந்தபுரத்தில் ஒரு தமிழ் வம்சாவழி குடும்பத்தில் பிறந்தவராவார்.

மலையாள சினிமாவின் வரலாற்றிற்குத் தொடக்கமிட்ட பாலன் படத்தின் படச்சுருள் கிடைக்காமல் போன நிலையில் ஆர். கோபாலகிருஷ்ணன் என்பவர் இந்தப் படத்துடன் தொடர்புடையவர்களைப் பேட்டி கண்டு Goodluck to everybody என்ற மலையாள நூலை எழுதியிருக்கிறார். சேலங்காட்டு கோபாலகிருஷ்ணன் என்ற மூத்த பத்திரிகையாளர் மலையாள சினிமாவின் வரலாற்றைப் பற்றிய புத்தகங்களை எழுதியிருக்கிறார். இவர் மௌனப் படங்களைத் தயாரித்த ஜே.சி. டேனியலையும், சுந்தர் ராஜையும் நேரில் சந்தித்து தகவல்களைத் திரட்டிய பெருமைக்குரியவர். மலையாள சினிமாத்துறைக்கு அடித்தளமிட்டதில், தமிழர்களின் பங்களிப்பு கணிசமாக இருப்பதால், ஆரம்ப கால மலையாள சினிமாவின் வரலாறு குறித்த நூல்களைத் தமிழில் மொழிபெயர்க்க வேண்டியது அவசியமானதாகும்.

(உயிர்மை - ஜூன் 2012, மாத இதழில் வெளிவந்த கட்டுரை)

மலையாளத்தில் முதல் பேசும் படமான பாலன் திரைப்படத்திற்கு தமிழில் வந்த விளம்பரம்

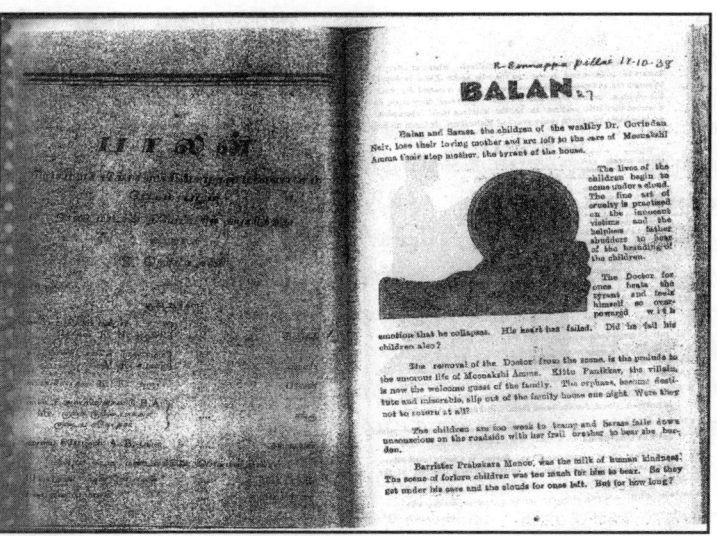

R-Sonnappa pillai 17-10-38

BALAN

Balan and Sarasa the children of the wealthy Dr. Govindan Nair, lose their loving mother and are left to the care of Meenakshi Amma their step mother, the tyrant of the house.

The lives of the children begin to come under a cloud. The fine art of cruelty is practised on the innocent victims and the helpless father shudders to hear of the branding of the children.

The Doctor for once beats the tyrant and feels himself so overpowered with emotion that he collapses. His heart has failed. Did he fail his children also?

The removal of the Doctor from the scene, is the prelude to the amorous life of Meenakshi Amma. Kittu Panikkar, the villain, is now the welcome guest of the family. The orphans, become destitute and miserable, slip out of the family house one night. Were they not to return at all?

The children are too weak to tramp and Sarasa falls down unconscious on the roadside with her frail brother to bear the burden.

Barrister Prabakara Menon, was the milk of human kindness. The scene of forlorn children was too much for him to bear. So they get under his care and the clouds for once left. But for how long?

மலையாளத்தில் முதல் பேசும் படமான பாலன் திரைப்படத்தின் தமிழ் பாட்டுப்புத்தகம்

நன்றி : ரோஜா முத்தையா ஆராய்ச்சி நூலகம், தரமணி, சென்னை - 113

இந்திய சினிமாவின் காவலன்

*பூனே ஃபிலிம் ஆர்க்கைவ்சை ஆசியாவிலேயே சிறந்த சினிமா ஆவண காப்பகமாக மாற்றிய பெருமைக்குரியவர் **பி.கே.நாயர்.** மார்த்தாண்டவர்மா உள்ளிட்ட பழைய திரைப்படங்கள் பலவற்றின் படச்சுருள்களை பத்திரப் படுத்தியதில் இவருக்கு முக்கிய பங்கு உண்டு. மாத்ருபூமி மலையாள நாளிதழின் வருடாந்திர சிறப்பிதழுக்காக (2013) பி.கே.ஸ்ரீகுமாருக்கு பி.கே.நாயர் அளித்த பேட்டியினை இங்கே தருகிறோம்.*

தமிழாக்கம் : **தெ. மனோ**

கே : 1895ல் உலகத்திரைப்படம் உருவாகிய சில ஆண்டுகளுக்குள் இங்கிலாந்திலும், பிரான்சிலும் திரைப்பட ஆவண காப்பகங்கள் (1920களில்) உருவாயின. ஆனால் இந்தியாவில் 1913ல் வெளிவந்த "ராஜா ஹரிச்சந்திரா" விற்குப் பின் சுமார் 50 ஆண்டுகள் ஒரு திரைப்பட ஆவணக் காப்பகம் தொடங்க தேவைப்பட்டது. பூனா திரைப்பட கல்லூரி 1961லும் இந்திய தேசிய திரைப்பட ஆவணக் காப்பகம் 1964லும் தொடங்கப்பட்டது. இவற்றின் வரலாற்றை விளக்க முடியுமா?

இந்தியாவில் திரைப்பட ஆவணக் காப்பகம் தொடங்க தாமதமானதற்கு ஒரு அளவு வரை காலனிய ஆட்சி காரணமாகலாம். 1950களுக்கு முன் வெளிவந்த அனேகம் திரைப்படங்கள் அழிந்து போனதற்கு காரணம் பாதுகாப்பதற்கு சரியான முறைகள் இல்லாமையே.

திரைப்பட கல்லூரியும், திரைப்பட ஆவணக்காப்பகமும் இரண்டாகும். விடுதலைக்குப் பின் கலை, பண்பாட்டு துறைகளை பாதுகாக்கவும், வளர்ச்சியடையச் செய்யவும் முயற்சிகள் மேற்கொள்ளப்பட்டன. இது பல்வேறு அகாடமிகளின் தோற்றத்திற்கு காரணமாயிற்று. மத்திய சாகித்திய அக்காடமி, லலிதாகலா அக்காடமி போன்றவை அவ்வாறு உருவானவையே. அன்று திரைப்படத்தோடும், திரைப்பட கலைஞர்களோடும் பொதுமக்களுக்கு மதிப்பும் மரியாதையும் இல்லாமலிருந்தது. ஆனால் அன்று மகாராஷ்டிர காங்கிரஸ் தலைவராயிருந்த எம்.கே.பாட்டீலுக்கு திரைப்படக் கலைஞர்களுடன் நெருக்கமான உறவு இருந்தது. நண்பர்களாகிய சில திரைப்பட கலைஞர்கள் இப்புறக்கணிப்பை அவரது கவனத்தில் கொண்டு வந்தனர். பாட்டீலின் முயற்சியால் அன்றைய இந்தியப் பிரதமர் ஜவஹர்லால் நேரு ஒரு குழுவை நியமித்து திரைப்படத்தை முன்னேற்றுவதற்கான ஆலோசனைகளடங்கிய ஒரு அறிக்கையை தயாரிக்க வேண்டிக் கொண்டார். அதைத் தொடர்ந்து 1950ல் திரைப்பட விசாரணைக் குழு நியமிக்கப்பட்டது. 1951ல் குழுவின் பரிந்துரையின் மேல் சிறந்த திரைப்படங்களுக்கு பரிசளிக்க முடிவு செய்யப்பட்டது. தொடர்ந்து சிறுவர் திரைப்பட மன்றம், தேசிய திரைப்பட வளர்ச்சிக் குழுமம், (N.F.D.C.) இந்துஸ்தான் போட்டோ ஃபிலிம்ஸ், தேசிய திரைப்பட நிறுவனம், தேசிய திரைப்பட நூலகம் என்பவை உருவாக்கப்பட்டன. திரைப்பட நூலகம் என்ற கருத்திலிருந்து திரைப்பட ஆவணக் காப்பகம் என்ற சிந்தனை உருவாயிற்று. 1961ல் பூனா திரைப்பட கல்லூரி தொடங்கப்பட்டது. 1964ல் மத்திய ஒலிபரப்பு அமைச்சகத்தின் கீழ் தேசிய திரைப்பட ஆவணக்காப்பகம் செயல்படத் தொடங்கியது.

கே : நீங்கள் 1961ல் பூனா திரைப்பட கல்லூரி நூலகத்தில் ஆய்வு உதவியாளராக அலுவலக வாழ்க்கையைத் தொடங்கியுள்ளீர்கள். கல்லூரியின் பாடத்திட்டத்தை தயாரிப்பதிலும் திரைப்பட ஆவணக் காப்பகத்தை இன்று காணப்படும் விதம் உருவாக்கியதிலும் உங்களுடைய கடின உழைப்பு காணப்பட்டது. அந்த நாட்களைப் பற்றி விளக்க முடியுமா?

ப : பூனா திரைப்படக் கல்லூரியை நிறுவுவதற்கான முயற்சிகள் மேற்கொள்ளப்பட்டிருந்த காலகட்டத்தில் நான் அடிக்கடி பவநாகரியைப் பார்க்கப் போவதுண்டு. அன்றைய திரைப்பட பிரிவின் (film division) ஆலோசகராக அவர் இருந்தார். திருமதி. இந்திராகாந்தியுடன் உள்ள நட்பால் பிரான்சிலிருந்து வந்து அவர் பொறுப்பேற்றிருந்தார். ஜான் பவநாகரி என்பது அவரது முழுப் பெயர். அவரது தந்தையார் பார்சியும் தாயார் பிரெஞ்சு காரியுமாவார். ஒரு தடவை அவரை சந்திக்கச் சென்றபோது திரைப்பட கல்லூரியின் செயல்பாடுகளில் உதவ முடியுமா என்று கேட்டார். அப்படியாக நான் கல்லூரியில் சேர்ந்தேன். 1961 ஆகஸ்டு மாதம் கல்லூரி செயல்படத் தொடங்கியது. உலகின் பல்வேறு திரைப்படக் கல்லூரிகளுடன் தொடர்புகொண்டு அவர்களது பாடத்திட்டத்தை பரிசோதித்து பூனா திரைப்படக் கல்லூரியின் பாடத்திட்டம் தயாரிக்கப்பட்டது. உலகத்தரம் வேண்டும் என்பது வலியுறுத்தப்பட்டது. 1961ல் நான் ஆய்வு உதவியாளனாகச் சேர்ந்தேன். 1963ல் சதீஷ் பகதூர் கல்லூரியில் பேராசிரியராகச் சேர்ந்தார். ஆந்திரப் பல்கலைகழகத்தில் ஆசிரியராக இருந்தவர். திரைப்படத்தோடுள்ள அடங்கா ஆர்வம் அவரை திரைப்படக் கல்லூரியில் கொண்டு சேர்த்தது. திரைப்படக் கல்லூரியை நிறுவிய பின் ஒரு திரைப்பட ஆவணக் காப்பகத்தை நிறுவ அரசு முடிவு செய்தது. திரைப்பட ஆவணக் காப்பகத்தின் பொறுப்பு, கல்லூரியில் பேராசிரியராக இருந்த சதீஷ் பகதூருக்கு அளிக்கப்பட்டிருந்தது. இந்தியாவில் ஒரு திரைப்பட ஆவணக் காப்பகத்தின் முக்கியத்துவத்தை அவர் நன்றாக உணர்ந்திருந்தார். இப்படிதான் அதன் பொறுப்பு என்னை வந்தடைந்தது. ஆக்ரா திரைப்படக் கழகம் அவர் நடத்திய திரைப்பட கழகமாக இருந்தது. அவர் சத்தியஜித்ரேயின் ரசிகரும் ஆவார். திருமதி இந்திராகாந்திக்கும், சதீஷ்பகதூருக்கும் நண்பரான மாரி சீற்றண் பூனா திரைப்படக் கல்லூரியையும், தேசிய திரைப்பட ஆவணக் காப்பகத்தையும் முறைப்படுத்துவதில் முக்கியமான பங்களித்தவர். சத்தியஜித் ரேயின் வாழ்க்கை வரலாறான *Portrait of a Director : Satyajit Ray (1972)* என்ற புத்தகத்தின் ஆசிரியர். 1964ல் நான் உதவி அருங்காட்சியக் காப்பாளரானேன். 1974ல் அருங்காட்சியக

காப்பாளரானேன். 1985ல் திரைப்பட ஆவணக் காப்பகத்தின் இயக்குனராக்கப்பட்டேன். 1991ல் ஓய்வு பெற்றேன்.

திரைப்பட ஆவணக்காப்பகத்தின் தொடக்க காலத்தில், தேசிய விருதுபெற்ற 120 திரைப்படங்கள் இருந்தன. விருது பெற்ற திரைப்படங்களின் பிரதிகள் அரசுக்கு அளிக்கப்பட வேண்டும் என்ற நிபந்தனை உள்ளதால் இவை கிடைத்தன. மும்பை தணிக்கை குழு அலுவலகத்திலிருந்த இந்த பிரதிகள் பிறகு ஆவணக் காப்பகத்திற்கு அளிக்கப்பட்டன. அதன் பிறகு பெரும் தேடல்கள் மூலமும் கடின உழைப்பின் மூலமும் அபூர்வமான திரைப்படங்களின் தகட்டச்சுப் படங்கள் (Print) ஆவணக் காப்பகத்தை அடைந்தன. ஓய்வு பெறும்போது சுமார் 12,000 திரைப்படங்கள் அதில் 8000 இந்திய திரைப்படங்களை சேர்க்க முடிந்தது. ஆசியாவிலே மிகப்பெரியதும், சிறந்ததுமான திரைப்பட ஆவணக்காப்பகம் நம்முடையது.

கே : உண்மையில் திரைப்பட ஆவணக் காப்பகம் என்பது திரைப்பட நூலகமல்ல. அது வேறொரு கலை. அறிவியல் முறையிலான ஆவணக் காப்பகத்தைப் பற்றிக் கூற முடியுமா?

ப : திரைப்பட ஆவணக் காப்பகம் என்பது பழையத் திரைப்படங்களைப் பாதுகாக்கும் இடம் மட்டுமல்ல. திரைப்பட சுவரொட்டிகள், திரை இதழ்கள், திரைப்பட ஆய்வுகள், புத்தகங்கள், புகைப்படங்கள் என திரைப்படத்துடன் தொடர்பான எல்லாம் அதன் பகுதியாகும். பழைய திரைப்படங்களின் நகல்கள் உள்ளதால் மட்டும் ஒரு திரைப்பட ஆவணக் காப்பகத்தை உருவாக்க முடியாது. அதற்கு திரைப்படத்தின் நெகட்டிவ் நகல்களும் வேண்டும். காரணம் பாசிடிவ் தகட்டச்சுப் படங்களின் ஆயுள் குறைவு. சுமார் 200 முதல் 250 தடவை மட்டுமே ஒரு பாசிட்டிவ் பிரதியை பயன்படுத்த முடியும். நமது நாட்டில் திரையரங்குகளில் சுமார் 600 தடவை திரையிடுவதும் உண்டு. அப்போது பிரதிகளில் கோடுகள் விழுந்து கெட்டுப்போகும். நூலகங்களில் புத்தகத்தின் மூலப் பிரதி தேவையில்லை. ஆனால் திரைப்பட ஆவணக் காப்பகத்தில் அப்படியல்ல. மூலப்பிரதி கட்டாயம் வேண்டும். அப்படியில்லை என்றால் அது ஒரு சாதாரண நூலகமாகிவிடும்.

திரைப்பட ஆவணக் காப்பகத்தை ஆரம்பித்தபோது திரைப்படத்தின் நெகட்டிவ் பிரதிகள் கிடைப்பது பிரச்சனையாக இருந்தது. பெரும்பாலும் திரைப்படங்களின் பாசிடிவ் பிரதிகள் மட்டுமே கிடைக்கும். நெகட்டிவ் பிரதிகள் கிடைத்தால் அதிலிருந்து பாசிடிவ் பிரதிகள் எடுக்க முடியும். திரைப்படத்தின் கலை மதிப்பையோ வரலாற்று முக்கியத்துவத்தையோ புரிந்து கொள்ளாத சில தயாரிப்பாளர்களும் பிரச்சினையாக இருந்தார்கள். வணிக நோக்கை மட்டுமே கொண்டுள்ள இவர்களில் சிலர் திரைப்பட சுருள்களை விலைக்கு விற்றனர். அதிலுள்ள வெள்ளியை உருக்கி எடுக்கலாம் என்பதால் விற்பனை வருவாய் ஈட்டக்கூடியதாக இருந்தது. அவ்விதம் பெருவாரியான திரைப்படங்களின் நகல்கள் அழிந்துபோயின. திரைப்பட ஆவண காப்பகத்தில் திரைப்படங்களை பாதுகாக்க அறிவியல் பூர்வமான வரைமுறைகள் உண்டு. நெகட்டிவுகளை 3°C முதல் 4°Cயிலும், பாசிட்டிவ்களை 12°C - 14°C யிலும் பாதுகாக்க வேண்டும். ஈரப்பதம் குறைந்த இடத்தில் அவற்றை பாதுகாக்க வேண்டும். குளிர்ப்பதன சேமிப்பறை (cold storage) தேவை. அத்துடன் திரைப்படங்களை இடைவிடாமல் சோதிக்க வேண்டும். நகல்கள் சேதமடைதல், எவ்வளவு காலமானவை போன்றவற்றை கவனிக்க வேண்டும். நெகட்டிவ் பிரதிகள் மட்டும் உள்ளவற்றிற்கு பாசிட்டிவ் பிரதிகளை தயாரிக்க வேண்டும். ரசாயன பரிசோதனைகள் மேற்கொள்ளப்படவேண்டும். இவை எல்லாவற்றிற்கும் மேலாக திரைப்படத்தோடு ஒரு ஈடுபாடு வேண்டும்.

கே : ஜெ.சி. டேனியலின் வாழ்க்கையை கதையாகக் கொண்ட கமலின் செல்லுலாய்ட் (2013) என்ற திரைப்படம் கேரளாவில் இப்போது விவாதத்தை உருவாக்கியுள்ளது. 1930ல் வெளிவந்த ஜெ.சி.டேனியலின் பேசாப்படமான விகதகுமாரன் அல்ல, 1938ல் வெளிவந்த முதல் பேசும் படமான டி.ஆர்.சுந்தரத்தின் பாலன்தான் மலையாளத்தின் முதல் திரைப்படம் என்ற நிலைப்பாட்டை மலையாற்றூர் ராமகிருஷ்ணனும், கெ.கருணாகரனும் கைக்கொண்டனர் என்பது விவாதமாகியுள்ளது. சாதி விருப்புகளுக்கேற்ப

ஜே.சி. டேனியலை இருட்டடிப்பு செய்தனர் என்ற குற்றச்சாட்டும் உண்டு. திரைப்பட ஆவணக் காப்பகத்தில் நீங்கள் உதவி அருங்காட்சியக காப்பாளராக இருக்கும்போது 1973ல் விகதகுமாரனின் பிரதியைத் தேடி நீங்கள் சேலங்காடு கோபால கிருஷ்ணனுக்கு கடிதம் எழுதியுள்ளீர்கள். அதைப் பற்றி விளக்கலாமா?

ப : சேலங்காட்டிற்கு கடிதம் எழுதினேன். இப்படி ஒரு திரைப்படத்தைப் பற்றி அறிந்த விபரத்தின் அடிப்படையில் எழுதினேன். ஆனால் ஆவணக் காப்பகத்தில் பதிவு செய்ய திரைப்படத்தின் பிரதியோ, பகுதிகளோ, ஏதாவது அதிகாரப்பூர்வமான ஆதாரங்கள் வேண்டும். அவை இல்லாமல் பதிவு செய்ய முடியாது. அன்று அதொரு பிரச்சினையாக இருந்தது. ஸ்டில், கையேடு, பத்திரிகைகள் போன்றவற்றை ஆராய்ந்து சரியான தரவுகள் பெறப்பட வேண்டும். அப்போதுதான் ஆவணக் காப்பகத்தில் அதிகாரபூர்வமாக பதிவு செய்ய முடியும். கிடைத்த ஆதாரங்கள் எவை? யாரிடமிருந்து கிடைத்தது, எப்போது கிடைத்தது பே ன்றவற்றை பதிவு செய்ய வேண்டும். இப்போதைய விவாதம் செல்லுலாய்ட் திரைப்படத்தின் விளம்பரத்திற்காக உருவானது என்று தோன்றுகிறது. நான் அறிந்தவரை ரோசியின் வாழ்க்கையை கதையாகக் கொண்ட ஒரு நாவலை தழுவியது திரைப்படம். அதை ஒரு முழுமையான வரலாற்று ஆவணம் எனக் கூறமுடியாது. அது புனையப்பட்டது. பால்கேயின் அரிச்சந்திராவுக்கு சரியான ஆதாரமும், பிரதியும் உண்டு. எல்லா ஆவணக் காப்பகங்களுக்கும் இந்த கொள்கை உண்டு. இந்த விஷயத்தில் அதிகமான ஆய்வுகள் தேவை.

கே : செல்லுலாய்ட் சினிமாவில் உங்களுடைய பெயரும் குறிப்பிடப்படுகிறது. மார்த்தாண்டவர்மா (1933) திரைப்படத்தின் பிரதியை நீங்கள் கண்டடைந்துள்ளீர்கள். அதைத் தேடியடைந்த அனுபவத்தை விளக்க முடியுமா?

ப: சினிமா இதழின் உதவியாசிரியராக இருந்த சி.கே.சோமன் கமலாலயா புத்தக கிட்டங்கியில் ஒரு திரைப்பட பெட்டி

இருக்கும் தகவலைத் தந்தார். இப்படி நிறைய திரைப்படங்களை மிகவும் கடினமாக பயணம் செய்து கண்டடைந்ததுண்டு. திரையிடப்பட்ட முதல் நாளே கமலாலயம் புக் டிப்போவுடன் உள்ள நகலுரிமை (Copyright) பிரச்சினையைத் தொடர்ந்து படம் முடங்கிப் போயிற்று. இந்திய திரைப்பட வரலாற்றில் முதல் நகலுரிமை பிரச்சினை இது எனக் கருதுகிறேன். அன்று முதல் அதைக் கண்டடைவது வரை அது கமலாலயா டிப்போவில் தூசடைந்து கிடந்தது. மார்த்தாண்ட வர்மாவை பார்க்கும்போது அன்றைய நமது நாட்டின் புவியமைப்பைப் பற்றி புரிந்து கொள்ள முடியும். வரலாற்றில் கூறப்பட்டுள்ள இடங்களில் அப்படத்தின் சூழல் (Location) அமைந்துள்ளது. அதிலிருந்து அன்றைய காலத்திற்கும் இன்றைய காலத்திற்கும் உள்ள வேறுபாட்டை புரிந்து கொள்ள முடியும். இப்படி நிறைய ஆராய்ச்சி செய்வதற்கான வாய்ப்புகள் சினிமாவில் உண்டு. பழைய திரைப்படங்களின் கலை, வரலாற்று மதிப்புகளை புரிந்து கொண்டவர்களுக்கு படச்சுருள்களை தருவதற்கு தயக்கம் இருக்காது. சிலர் அப்படியல்ல. ஒரு தடவை ஒரு இயக்குனருடைய திரைப்படங்களுக்காக நாங்கள் அவரது வீட்டிற்கு சென்றோம். சினிமா விஷயம் என்று புரிந்து கொண்டபோது வீட்டிலுள்ளவர்கள் எங்களிடம் பேசக்கூட விருப்பம் இல்லை என்று கூறி எங்களை திருப்பி அனுப்பிவிட்டனர். சினிமாவிற்காக அனைத்தையும் இழந்து, குடித்து, பல பிரச்சனைகளுக்கும் உள்ளான தந்தையை அவர்களுக்கு இப்போதும் சகிக்க முடியவில்லை. அப்படிப்பட்ட நிறைய சம்பவங்களுண்டு. தாதா சாகேப் பால்கேயின் வீட்டில் பழைய பெட்டியிலிருந்து ராஜா அரிச்சந்திராவும் (1913) லங்காதகன் (1917) முதலியவற்றின் சுருள்களை கண்டடைந்ததும் இப்படியே. உதயசங்கரின் கல்பனா (1948) முதலிய சினிமாக்களையும் மிக கஷ்டப்பட்டுதான் கண்டடைய முடிந்தது.

கே : நீங்கள் ஓய்வுபெற்றபின் ஒரு தீ விபத்தில் ராஜா அரிச்சந்திரா, மார்த்தாண்ட வர்மா உட்பட சுமார் இருநூற்றைம்பது திரைப்படங்கள் எரிந்து போனதாக

செய்திகள் வெளிவந்தன. பிற்காலத்தில் ஆவணக் காப்பகத்தை பராமரிப்பதில் வந்த உதாசீனமல்லவா இதற்கு காரணம்?

ப : சுமார் இருநூற்றைம்பது திரைப்படங்கள் எரிந்து போயின. ஆனால் எல்லாம் அழிந்து போயின என்று கூற முடியாது. நெகட்டிவுகள் ஆவண காப்பகத்தில் இருக்கும் வரை அவை அங்கு கிடைக்கும். எரிந்துபோன திரைப்படங்களின் பிரதிகள் அங்கு உண்டு என்றால் பிரச்சினை இல்லை. 1950க்கு முன்புள்ள திரைப்படச் சுருள்கள் நைட்ரேட் அடங்கியவை. 40 டிகிரிக்குமேல் வெப்பம் அதிகரித்தால் அவை எரிந்துவிடும். குளிர்பதன சேமிப்பறைகளில் இவற்றை பாதுகாக்க வேண்டும். பழைய திரைப்படங்களின் பிரதிகளை மிகக் கவனமாக, நிரந்தர கவனிப்பின் மூலம் பாதுகாக்க வேண்டும். இந்த திரைப்படங்கள் இந்திய பண்பாட்டின் வரலாறும் ஆகும்.

கே : இப்போது இணையத்தில் மார்த்தாண்டவர்மாவைப் பற்றி ஒரு விவாதம் நடந்து கொண்டிருக்கிறது. இந்திய திரைப்பட வரலாற்றில் முதல் முதலாக உதட்டு முத்தம் இப்படத்தில் இடம் பெறுகிறது என்பதே அது. விடுதலைக்குப் பின் இந்தியாவில் நிர்வாண காட்சி, முத்தக் காட்சி போன்றவைகளுக்கு தணிக்கை விதி உண்டு. 1918ல் திரைப்படச் சட்டம் அமுலுக்கு வந்தது. பின் 1952ல் புதிய சட்டம் உருவாக்கப்பட்டது. 1920ல் மும்பையிலும் 1927ல் லாகூரிலும் தணிக்கைக் குழுக்கள் நிறுவப்பட்டன. ஆனால் ஆங்கிலேயர் ஆட்சியில் முத்தக்காட்சிகள்தடைசெய்யப் படவில்லை. 1929ல் சாருஹேசியும் சீதாதேவியும் எ தரோ ஆப் டைசியில் உதட்டு முத்தம் அளிக்கும் காட்சி இடம் பெற்றுள்ளது. 1933ல் கர்மா என்ற முதல் இந்திய ஆங்கில பேசும் படத்தில் எதார்த்தத்திலும் கணவன் மனைவியான தேவிகாராணியும் ஹிமாம்சுராயும் நிமிடங்கள் நீண்ட உதட்டு முத்தம் அளிக்கும் காட்சியும் உள்ளது.

ப : சரிதான். இந்திய திரைப்படத்தில் 1930களில் பேசாப் படங்களில் உதட்டு முத்தக்காட்சிகள் காணப்படுகின்றன. எ

தரோ ஆப் டைசியில் சாருராயும் சீதா தேவியும் முத்தமிடும் காட்சி உள்ளது. சீதா தேவியின் இயற்பெயர் ரெனிஸ் சுமித். அவர் ஒரு ஆங்கிலோ இந்திய பெண்மணி. பேசா திரைப்பட வரலாற்றில் பெருவாரி நடிகைகளும் ஆங்கிலோ இந்தியன் பெண்மணிகளே. அதனால் முத்தக் காட்சியில் இந்திய ஒழுக்கங்கள் ஒரு பிரச்சினையாக இல்லை. மேலும் 1933ல் கர்மாவில் தேவிகா ராணிக்கும் ஹிமாம் சுராய்க்கும் இடையே நடைபெறும் முத்தக்காட்சி நீண்ட காட்சியாக அந்நாளில் பேசப்பட்டது. மார்த்தாண்ட வர்மாவும் பேசாப்படமாகும். அதிலுள்ள முத்தக்காட்சி இந்திய திரைப்படத்தில் முதலாவது அல்ல. அக்காட்சியில் எ.வி.பி.மேனோனும், பத்மினியும் நடித்துள்ளனர்.

கே : இந்திய சினிமாவில் முதல் சூப்பர் ஸ்டார் ஆணல்ல என்றும், பேசாப்படங்களில் கதாநாயகியாக நடித்துள்ள சுலோச்சனா என்ற பெண்மணிதான் முதல் சூப்பர் ஸ்டார் என்றும் குறிப்பிட்டுள்ளீர்கள். அறுபதுகளில்தான் கதாநாயகர்கள் பிரபலமடைகின்றனர் என்றும் கூறியுள்ளீர்கள். பூனா திரைப்படக் கல்லூரியிலல்லவா முதல் இசுலாமிய பெண் கதாநாயகியும் மலையாளியுமான ஜமீலா மாலிக் போன்றோர் படித்தது. திரைப்படக் கல்லூரியில் உங்கள் நண்பர்களைப் பற்றிக் கூறலாமா?

ப : பலரும் கூறுவதுபோல் இந்திய சினிமாவில் முதல் சூப்பர் ஸ்டார் ஆணல்ல. அது சுலோச்சனா என்ற பெண்மணியாகும். அவரது இயற்பெயர் ரூபி மேயேழ்ஸ். யூதப் பாரம்பரியமுள்ள இந்தியப் பெண். இந்தியப் பெண்கள் பிற்காலத்தில்தான் நடிக்க வருகின்றனர். சுலோச்சனாவின் திரைப்படங்கள் பெரும் வெற்றிப் படங்களாக அக்காலத்தில் விளங்கின. சுலோச்சனா உண்டு என்றாலே படம் வெற்றியடைந்துவிடும். அதனால் அவரை முதல் சூப்பர் ஸ்டாராக கருதுகிறோம். அந்நாளில் மிக அதிகமான தொகை (ஐயாயிரம் ரூபாய்) ஊதியமாக பெற்றிருந்தது சுலோச்சனாவாகும். இவரது நட்சத்திர புகழினால் சுலோச்சனா என்ற பெயரில் ஒரு திரைப்படமும் வெளிவந்தது. 1930களில் ரூபி பிக்சேர்ஸ் என்ற ஸ்டுடியோவும் இருந்தது. 1973ல்

சுலோச்சனாவுக்கு தாதாசாகேப் பால்கே விருது அளிக்கப்பட்டது. அன்றைய ஆங்கிலோ-இந்திய நடிகைகள் பெயர்மாற்றி இந்துப் பெயர்களைப் பயன்படுத்தினர். 1983ல் மும்பையில் எவராலும் அறியப்படாமல் அவர் மரண மடைந்தார்.

அது பேசாப் படத்தின் காலம். இந்தியாவில் பேசாப் படங்களுக்கு ஒரு பெரிய வரலாறு உண்டு.சுமார் 1500 பேசாப் படங்கள் இந்தியாவில் தயாரிக்கப்பட்டுள்ளன. அதில் 9 சினிமாக்களே முழுமையாக நமக்கு கிடைத்துள்ளன. அவை எல்லாம் நான் தேடி கண்டுபிடித்து திரைப்பட ஆவணக் காப்பகத்தில் சேர்த்தவை. வேறு சில பேசாப்படங்களின் பகுதிகளும் அங்கு பாதுகாக்கப்படுகின்றன. 1960களில் நட்சத்திர மதிப்பு ஆண்களை மையமாகக் கொண்டு உருவாயிற்று. அதில் முதலாமவர் அசோக்குமார். அவரது கிஸ்மத் (1943), ஆசீர்வாத் (1968) பரிணித் (1953) போன்றவை வியாபாரத் தன்மைகளுடன் கலைத் தன்மைகளையும் கொண்டவை. தேவிகா ராணியும் அசோக்குமாரும் நடித்த திரைப்படங்கள் பெரும் வணிக வெற்றியை ஈட்டின. அதன் பிறகு ராஜ்கபூர் வந்தார். அவரது மேராநாம்ஜோக்கர் (1970), பூட்போளிஷ் (1954) ஆவாரா (1951) என்பவை புதிய போக்கை உருவாக்கின. என்னை நடிகர் சஞ்ஜீவ் குமாரின் நட்பு வெகுவாக பாதித்தது. முழுக்க முழுக்க அவர் ஒரு ஜென்டில்மேன். பல வேளைகளிலும் அவர் ஆவணக் காப்பகத்திற்கு வருகை தருவார். திரையில் பிரபல நட்சத்திரம் ஆன பிறகும் வருவார். உலக திரைப்படத்தைப் பற்றி நல்ல புரிதலை உடையவர். முப்பத்தியைந்து வயதிற்குள் இருமுறை தேசிய விருது பெற்றவர்.அன்று மிகை நடிப்பு (Over acting) இந்தி சினிமாவின் தன்மையாக இருந்தது. அக்காலத்தில் பொருத்தமான ரீதியில் வேறுபட்ட நடிப்பை அவர் முன் வைத்தார். வணிக திரைப்படங்களில் நடித்ததால் நடிப்புத் திறனை வெளிப்படுத்த தேவானந்தால் இயலவில்லை. ஜெயாப்பச்சன், மணிகவுள், நசருதீன் ஷா, மிதுன் சக்கரவர்த்தி, சத்ருகன் சின்ஹா, ஸ்மிதா பாட்டில் போன்றவர்கள் திரைப்படக் கல்லூரி வழி வந்தவர்கள். அங்கு படித்த ஜான்

ஆபிரகாம், அடூர் கோபாலகிருஷ்ணன், கே.ஜி.ஜார்ஜ், ஜான் சங்கர மங்கலம், காமிரா வேணு, ராமச்சந்திர பாபு போன்ற பிரபல மலையாளிகள் ஏராளம் உண்டு. திரைப்பட கல்லூரியில் தொழில் நுட்ப பிரிவில் செயலாற்றிய பார்வதி, நடிப்பில் கொல்லத்தைச் சேர்ந்த ஜமிலா மாலிக் போன்றவர்கள் மலையாளிகள். ஜமிலா மாலிக் சில படங்களில் நடித்துள்ளார். மீனா பால் திரைப்பட கல்லூரியிலிருந்து வந்தவர்.

கே : ஜான் ஆபிரகாமின் திரைப்படங்களை கண்டடைந்து பாதுகாத்தது நீங்கள்தான் என கேட்டுள்ளோம்.

ப : திரைப்படக் கல்லூரியில் படிக்கும்போதே ஜானை அறிவேன். நெருக்கமான உறவுண்டு. கேரளாவில் திரைப்படங்களில் ஜானின் இருத்தல் அதிகம். ஜான் மரணத்திற்குப் பிறகுதான் கூடுதல் புரிதலுக்குள்ளானவர். உயிரோடிருக்கும்போது அவ்வளவு அங்கீகரிக்கப்படவில்லை. ஆனால் அரவிந்தன் உயிரோடிருக்கும் போதே கொஞ்சம் பிரபலமாயிருந்தார். சர்வதேச திரைப்பட விழாக்களில் அரவிந்தனின் திரைப்படங்கள் இடம் பெற்றுள்ளன. ஜானின் திரைப்படங்கள் அன்று அவ்வளவாக இடம் பெறவில்லை. ஜானின், ப்ரியா, வித்தியார்த்திகளே இதிலே இதிலே, அக்கிரகாரத்தில் கழுதை, அம்ம அறியான், செறியாச்சன்றெ குரூர க்றித்தியங்கள் போன்றவற்றை ஆவண காப்பகத்தில் சேர்க்க முடிந்தது. தெய்யத்தைப் பற்றிய ஒரு குறும்படமும் அங்கு உண்டு. திரைப்படத்தின் மொழி மிக முக்கியமானதாகும். கதை கூறுவது மட்டுமல்ல, கருத்துக்களைக் கொண்டு வரவேண்டும். ஜானின் பங்களிப்பை புதிய தலைமுறை அறிந்து கொள்ள வாய்ப்பளிக்க வேண்டும். அடூர், பி.என்.மேனோன், சேதுமாதவன், ராமு காரியட், பி.பாஸ்கரன் முதலியவரது திரைப்படங்களும் புதிய தலைமுறையினர் பார்க்க வேண்டியவையாகும்.

கே : பூனா திரைப்படக் கல்லூரியை ரிலையன்ஸ் நிறுவனம் வாங்கப் போவதாக ஒரு விவாதம் உருவானது. அதனை எதிர்த்த மாணவர்களுடன் நீங்களும் பங்கு பெற்றீர்கள் அல்லவா?

ப : மிகவும் திட்டமிடப்பட்ட செயலாக இருந்தது அது. திட்டத்திற்கு எதிராக மாணவர்கள் கிளர்ந்து எழுந்தனர். எனது ஆதரவை மாணவர்களுக்கு அளித்தேன். கல்லூரிக்கு அருகாமையிலுள்ள நாலரை ஏக்கர் பூமியில் ரிலையன்ஸ் *Gaming and Animation Centre*-ஐ நிறுவியது. அதற்காக மத்திய அரசிற்கு ஒரு செயல் திட்டத்தை அளித்தது. ரிலையன்ஸ் வாங்கினால் ஏற்படும் மாற்றங்களைப் பற்றிக் கூறும் திட்டமாக இருந்தது அது. கட்டண உயர்வு உட்பட பல விஷயங்களும் அதில் பேசப்பட்டது. ஏகபோக தனியுடைமைகளுக்கு விட்டுக் கொடுக்க வேண்டியதல்ல திரைப்படக் கல்லூரி.

அதேவேளையில், திரைப்படக் கல்லூரியின் எல்லைகளைப் பற்றியும் சிந்திக்க வேண்டும். புதிதாக கல்லூரியிலிருந்து பங்களிப்புகள் உருவாகாததையும் விவாதிக்க வேண்டும்.

◻

Telegram:ARCHIVE Telephone:58516

No.3/20/71-F.A.(I)
NATIONAL FILM ARCHIVE OF INDIA
Ministry of Information & Broadcasting
Government of India
Law College Road, Poona-4.

P.K.NAIR
Asstt.Curator

Dated the 30th July 1973.

Dear Shri Gopalakrishnan,

I got your address from Shri S.S.Pillai of Screen. We have seen your contradiction published in Screen of July 13, regarding the first Malayalam film. Would you please furnish any documentary proof like newspaper advertisement/ writer/or any published material on the film to justify your statement? In fact, we have not come across any information about the film "VIGATHA KUMARAN" in our research so far. We would be happy to receive more data about this film and from where we could locate a print or negative.

I was told that you have written a book on Indian Cinema in Malayalam. We would like to have a copy for our Archive library. Please send us one. In case complimentary supply cannot be arranged, you may please bill us for the same.

With kind regards,

Yours sincerely,

(P.K. NAIR)

Vidyavisarad Chelangattu Gopalakrishnan,
Kadakkarappally - P.O
SHERTHALAI.
<u>KERALA STATE</u>

knm/28773/-

P.S. Herewith sending a copy of brochure we brought out in connection with Dadasaheb Phalke festival.

7/7/73

தேசிய ஆவண காப்பாகத்திலிருந்து பி.கே.நாயர், விகதகுமாரன் மௌனப்படம் குறித்து சேலங்காட்டு கோபாலகிருஷ்ணனுக்கு எழுதிய அரசு கடிதம் (1973)

பி.கே.நாயர்,
திரைப்பட ஆவணக் காப்பகம், புனே

சுலோச்சனா (எ) ரூபி மேயழ்ஸ்
திரைப்பட நடிகை

தேசிய திரைப்பட ஆவணக் காப்பகம், புனே